रुपेरी

सिंधू

अतुल कहाते

मेहता पब्लिशिंग हाऊस

रुपेरी 'सिंधू' / माहितीपर

© अतुल कहाते

३०४, लुणावत क्लासिक, आयसीएस कॉलनी, भोसलेनगर, युनिव्हर्सिटी रोड, पुणे ४११००७.

Email : akahate@gmail.com

Website : www.atulkahate.com

प्रकाशक

सुनील अनिल मेहता, मेहता पब्लिशिंग हाऊस, १९४१, सदाशिव पेठ, माडीवाले कॉलनी, पुणे - ४११०३०.

☎+91 020-24476924 / 24460313

Email : info@mehtapublishinghouse.com

Website : www.mehtapublishinghouse.com

मुद्रक

टेक्‍श्रेष्ठा सोल्यूशन्स प्रायवेट लिमिटेड, भारत

मुखपृष्ठ

फाल्गुन ग्राफिक्स

आतील चित्रे व मांडणी

फाल्गुन ग्राफिक्स

प्रथमावृत्ती

जानेवारी, २०१७

किंमत

₹ १२५/-

P Book ISBN 9789386342225

E Book ISBN 9789386342232

E Books available on :

play.google.com store books

m.dailyhunt.in/Ebooks/marathi

■

एक

बॅडमिंटनविषयी थोडंसं...

लंडनमधल्या एका वस्तुसंग्रहालयात सुमारे दोन हजार वर्षांपूर्वीची रेखाचित्रं आहेत. त्यात काही चिनी शेतकरी आजच्या बॅडमिंटनमध्ये वापरल्या जाणाऱ्या शटलसारखी वस्तू पायानं एकीकडून दुसरीकडे मारताना दिसतात. म्हणजे जणू फुटबॉलचा खेळच खेळावा; पण फुटबॉलऐवजी बॅडमिंटनचं शटल वापरून- असा हा प्रकार होता. लंडनमधल्या या वस्तुसंग्रहालयात बॅडमिंटनविषयीच्या इतर अनेक वस्तू होत्या; पण दुर्दैवानं दुसऱ्या

महायुद्धाच्या काळात जर्मनीनं लंडनवर केलेल्या बॉम्बवर्षावात त्या नष्ट झाल्या.

'बॅटलडोर अँड शटलकॉक' या नावाचा खेळ ग्रीस, चीन, जपान आणि भारत इथं किमान दोन हजार वर्षांपूर्वी खेळला जात असे. मध्ययुगीन काळात हा खेळ इंग्लंडमध्ये आला आणि तिथं शेतकऱ्यांची मुलं हा खेळ खेळायला लागली. अमेरिकेमध्येसुद्धा अठराव्या शतकाच्या सुमारास बॅडमिंटनचा खेळ सुरू झाला. अजूनही तिथं याची साक्ष देणारी दोन तैलचित्रं बघायला मिळतात. विल्यम विल्यम्स नावाच्या चित्रकारानं काढलेल्या एका चित्रात एक माणूस आपल्या हातात बॅडमिंटनची रॅकेट आणि एक शटल घेऊन उभा असल्याचं दाखवण्यात आलं आहे. दुसऱ्या चित्रात दोन मुलं बॅडमिंटनच्या खेळात रंगून गेल्याचं दृश्य बघायला मिळतं.

मुळात या खेळाला 'बॅडमिंटन' हे नाव कसं मिळालं? इंग्लंडमधल्या ब्यूफोर्ट प्रांताचा सरदार ग्लूस्टरशायर परगण्यात राहत असे. त्याच्या आलिशान बंगल्याचं नाव 'बॅडमिंटन हाउस' असं होतं. तिथं पहिल्यांदा १८७३ मध्ये हा खेळ खेळला गेला, असं मानलं जातं. यामुळे या बंगल्याचं नावच या खेळाला मिळालं. खरं म्हणजे यापूर्वीच, म्हणजे १८६० मध्ये आयझॅक स्प्रॅट नावाच्या लेखकाची 'बॅडमिंटन बॅटलडोअर-अ न्यू गेम' नावाची एक छोटी पुस्तिका प्रकाशित झाली होती; पण ती काळाच्या ओघात नष्ट झाल्यामुळे तेव्हा खरोखरच बॅडमिंटन खेळलं जात होतं का, हे नक्की सांगता येत नाही.

गमतीचा भाग म्हणजे बॅडमिंटनच्या खेळाआधी 'पूना' नावाचा असाच खेळ ब्रिटिश लोक खेळत. 'ईस्ट इंडिया कंपनी'च्या माध्यमातून भारतात घुसखोरी केल्यानंतर ब्रिटिशांनी आपले सगळे खेळ भारतातही आणले. ब्रिटिश लोक पुण्याला 'पूना' म्हणत. तिथं बऱ्याच ठिकाणच्या चर्चमधल्या हॉलचं रूपांतर ब्रिटिशांनी बॅडमिंटन खेळण्यासाठीच्या जागेत करून टाकलं. त्यामुळे साहजिकच बॅडमिंटन या खेळाचा उल्लेख ते 'पूना' असा करत! आताच्या बॅडमिंटनच्या खेळामधले अनेक नियम तेव्हा पुण्यामध्ये ठरवण्यात आले. म्हणूनच पुणेकरांना बॅडमिंटनच्या खेळाच्या कर्मभूमीच्या ठिकाणी राहण्याचा रास्त अभिमान बाळगायला हरकत नाही! 'पूना' या खेळाआधी काही युरोपीय

देशांमध्ये 'यू द वोलान्त' नावाचा खेळ उच्चपदस्थ लोकांमध्ये खेळला जाई, अशीसुद्धा नोंद सापडते.

अमेरिकेमध्ये बॅडमिंटन लोकप्रिय झालं त्या काळात हा खेळ खूपच मजेशीर होता. एक तर तेव्हा वापरली जाणारी शटल्स वजनाला एकदम हलकी असल्यामुळे ती प्रचंड वेगानं प्रवास करत. साहजिकच, खेळाडूंना शटलवर जोरानं प्रहार करण्याची गरज पडत नसे. जवळपास आपोआपच ती शटल्स नुसत्या साध्या धक्क्यानं प्रतिस्पर्ध्याच्या बाजूला जात. तेव्हा रंगीबेरंगी शटल्स वापरली जात. खेळाडू सूट-बूट अशा पोशाखात हा खेळ खेळत असल्यामुळे त्यांना मुक्तपणे हालचाली करणं खूप अवघड होई. परिणामी हात उंचावून फटके मारणं किंवा स्वतः उडी मारणं, अशा गोष्टी जवळपास अशक्यच असत. त्यातच दोन खेळाडूंमधली जाळी खूप उंचीवर बांधलेली असल्यामुळे तिच्यावरून शटल मारण्यातही अनेक अडचणी येत. असा सगळा विनोदी प्रकार होता. एकूणच बॅडमिंटन खेळण्याकडे कुणाचं फारसं लक्ष नसे. उच्चभ्रू लोकांना एकत्र जमून गप्पाटप्पा करण्यासाठी आणि चहा-केक, सँडविच वगैरेंचा आस्वाद घेण्यासाठी काहीतरी कारण हवं म्हणून त्यांतले काही जण बॅडमिंटन खेळत असत. फार गंभीरपणे किंवा त्यात गुंतून जाऊन खेळणं अगदी दुर्मीळच असे.

विसावं शतक सुरू व्हायच्या सुमाराला बॅडमिंटनचा खेळ निव्वळ मजेसाठी न खेळता त्यात जरा गांभीर्य यायला लागलं. सूट-बूट घालून खेळणं खूप अवघड व्हायला लागल्यामुळे एका उच्चभ्रू माणसानं आपल्या अंगावरचा कोट काढून टाकला आणि फक्त शर्ट-पँट-बूट अशा पोशाखात तो खेळू लागला. ही तेव्हाच्या समाजाच्या दृष्टीनं अत्यंत धक्कादायक आणि सनसनाटी गोष्ट होती! तरीसुद्धा कालांतरानं या माणसाचा दृष्टिकोन बरोबर असल्याचं लक्षात घेऊन संबंधितांनी बॅडमिंटन खेळतानाच्या पोशाखाबाबतचे नियम जरा सैल केले. आता टेनिस खेळतानाचा पोशाख बॅडमिंटनसाठीसुद्धा लागू करण्याचा निर्णय घेण्यात आला. १९०५ मध्ये ब्रिटिशांनी बॅडमिंटनसाठी एक अधिकृत संघटना स्थापन केली आणि या खेळासाठी काही मूलभूत नियम ठरवले. त्यानुसार आयताकृती

कोर्टमध्ये सामने खेळले जावेत असं ठरलं. एकेरीसाठी ४४ इंच गुणिले १७ इंच, तर दुहेरीसाठी ४४ इंच गुणिले २० इंच असा कोर्टचा आकार ठरवण्यात आला. ऑलिम्पिक्समध्ये बॅडमिंटनचं आगमन होण्यासाठी मात्र थेट १९९२ साल उजाडावं लागलं!

बॅडमिंटनच्या खेळामध्ये वापरलं जाणारं शटल म्हणजेच मराठीमधलं फूल वरकरणी खरोखरच फुलासारखं नाजूक दिसत असलं, तरी ते जर खूप जोरात मारलं तर त्याचा प्रहार ताकदीचा ठरू शकतो. टेनिस किंवा स्क्वॅश यांसारख्या खेळांमध्ये वापरल्या जाणाऱ्या चेंडूच्या तुलनेत बॅडमिंटनचं शटल खूप हलकं असल्यामुळे ते प्रचंड वेगानं प्रवास करू शकतं. अधिकृत नोंदींनुसार फू हायफेंग नावाच्या चिनी खेळाडूनं एकदा मारलेला फटका तब्बल ताशी ३३२ किलोमीटर्स वेगानं गेला होता! याहून जास्त वेगानं शटल मारण्यासंबंधीच्या नोंदी 'गिनेस बुक'मध्ये सापडतात. हवेतून प्रवास करतानासुद्धा शटलचा मार्ग स्थिर राहावा अशा प्रकारची त्याची रचना असते. ते शटलचं वैशिष्ट्य असतं. म्हणजे आपण खूप वेगानं जर कागद फेकला तर तो जसा दिशाहीन असल्यासारखा कसाही हवेत जाईल तसं शटलच्या बाबतीत घडत नाही. ते ठरावीक मार्गानं प्रवास केल्यासारखं पुढे जातं. याखेरीज आणखी एक रंजक गोष्ट म्हणजे शटल कसंही मारलं तरी ते प्रतिस्पर्ध्याकडे पिसांचा भाग वर असल्याच्या स्थितीतच जातं. मग त्याच्या बुडाशी प्रतिस्पर्ध्यानं प्रहार केल्यानंतर पुन्हा पिसांचा भाग वर येतो आणि ते मूळ ठिकाणी येतं. शटलच्या या वैशिष्ट्यपूर्ण रचनेमुळे आणि गुणधर्मांमुळे 'स्पेस शिप वन' नावाच्या एका अंतराळयानाची रचना शटलच्या रचनेच्या धर्तीवर करण्यात आली होती!

आपल्या दिशेनं ताशी ३५०-४०० किलोमीटर्स वेगानं येत असलेलं शटल योग्य प्रकारे परतवण्यासाठी बॅडमिंटनपटूंमध्ये किती चपळाई आणि कौशल्य असावं लागतं याची आपण फक्त कल्पनाच करू शकतो. आंतरराष्ट्रीय पातळीवर खेळणाऱ्या खेळाडूंना यासाठी एका सेकंदाचा शंभरावा भाग इतका कमी वेळ मिळतो! त्यामुळे विलक्षण चपळता, शारीरिक तंदुरुस्ती, चिवटपणा, चिकाटी, एकाग्रता आणि जवळपास चित्त्यासारख्या हालचाली, हे सगळं खेळाडूंकडे

असावं लागतं. म्हणूनच क्रीडा प्रकारांमधला सगळ्यात वेगवान खेळ म्हणजे बॅडमिंटन अशी त्याची ओळख आहे. काही जणांना बॅडमिंटनचा खेळ सोपा वाटतो. उदाहरणार्थ, टेनिसचं कोर्ट मोठं असतं आणि तिथे खूप धावाधावसुद्धा करावी लागते; पण त्या मानानं बॅडमिंटनमध्ये मात्र खेळाडूवर तितका शारीरिक ताण येत नाही, असं प्रथमदर्शनी वाटतं. प्रत्यक्षात मात्र चित्र वेगळंच असतं. बॅडमिंटन खेळताना खेळाडूंची कमालीची दमछाक होते. यामागचं मुख्य कारण म्हणजे इतर बहुतेक सगळ्या खेळांमध्ये चेंडू जमिनीवर पडला तरी चालतो; किंवा तो पडतोच. बॅडमिंटनमध्ये मात्र शटल हवेत असतानाच परतवणं गरजेचं असतं. त्याचा जमिनीला स्पर्श झालेला अंजिबात चालत नाही. म्हणून बॅडमिंटनपटूंसाठी दमश्वास म्हणजेच स्टॅमिना टिकवून धरणं खूप गरजेचं असतं.

आता बॅडमिंटन बंदिस्त ठिकाणी खेळलं जातं. आशिया खंडात आणि त्यातही विशेष करून दक्षिण-पूर्व भागात हा खेळ जास्त खेळला जातो. चिनी खेळाडू त्यात सर्वोत्तम मानले जातात. जगातल्या पहिल्या दहा खेळाडूंपैकी निम्मे चिनीच असतात. आधी म्हटल्याप्रमाणे वरवर हा खेळ सोपा वाटत असला तरी, ते खरं नाही. उलट, अत्यंत कठीण खेळांपैकी हा एक खेळ आहे. या खेळात यश मिळवण्यासाठी विलक्षण चपळता असणं, ऐन वेळी विचार करून आपल्या चाली ठरवणं किंवा त्या बदलणं, हातांमध्ये ताकद असणं आणि जखमा होणार हे स्वतःला सांगणं, गरजेचं असतं.

बंदिस्त असलेलं बॅडमिंटनचं कोर्ट २० फूट रुंद आणि ४४ फूट लांब असं आयताकृती असतं. पाच फूट उंची असलेल्या जाळीमुळे कोर्टचे दोन सारखे भाग पडतात. रॅकेट आणि शटल या गोष्टी बॅडमिंटन खेळण्यासाठी लागतात. बॅडमिंटनची रॅकेट वरवर टेनिसच्या रॅकेटसारखीच दिसत असली तरी दोन्हींमध्ये बरेच फरक असतात. पहिली गोष्ट म्हणजे बॅडमिंटनची रॅकेट टेनिसच्या रॅकेटपेक्षा वजनाला हलकी असते आणि शिवाय तिच्यामध्ये तुलनेनं पातळ दोऱ्या असतात. १०० ग्रॅम्सहून जास्त वजनाच्या बॅडमिंटनच्या रॅकेट्स जवळपास नसतातच. 'यॉनेक्स टिटॅनियम ७', 'मसल पॉवर ७७', 'नॅनोरे ७' या रॅकेट्स सर्वोत्तम दर्जाच्या मानल्या जातात. हंस

पक्ष्याच्या पिसांपासून बनलेलं शटलसुद्धा वजनाला खूप हलकं असतं.

खेळाडू टीशर्ट आणि शॉर्ट्स किंवा स्कर्ट असे कपडे घालतात. पाच सेंटिमीटर्स आकाराच्या अक्षरांमध्ये खेळाडूचं नाव टीशर्टच्या मागच्या बाजूला दिसलं पाहिजे असा नियम आहे. त्याखाली खेळाडूच्या देशाचं नाव असतं. खेळाडू ज्या कंपनीच्या जाहिराती करत असेल त्या पुरस्कर्त्या कंपनीचं नाव खेळाडूच्या छातीच्या भागावर येतं. कधीकधी खेळाडूंच्या टीशर्टच्या बाहीवर आणखी एखादी छोटी जाहिरात असते; पण ऑलिम्पिक स्पर्धेमध्ये मात्र टीशर्टवर फक्त खेळाडूचंच नाव असायला पाहिजे, असा नियम असतो. कुठलीही जाहिरात, पुरस्कर्त्यांचं बोधचिन्ह, टीशर्ट तयार करणाऱ्या कंपनीचं बोधचिन्ह यातलं काहीच चालत नाही.

बॅडमिंटनचे नियम तसे खूप सोपे आहेत. एकेरी सामन्यात जाळीच्या दोन बाजूंना प्रतिस्पर्धी खेळाडू असतात. सामन्यात एकूण तीन गेम्स असतात. सामन्याचा निकाल 'बेस्ट ऑफ थ्री'च्या तत्त्वांनुसार ठरवला जातो. म्हणजेच पहिल्या दोन्ही गेम्स एका खेळाडूनं जिंकल्या तर तो सामना जिंकतो; पण जर त्यात १-१ अशी बरोबरी झाली तरच तिसरा गेम खेळवला जातो आणि तो गेम जो खेळाडू जिंकेल तो सामना जिंकतो. एकेक गुणानं खेळ पुढे जातो. ज्या खेळाडूच्या हातून चूक घडेल त्याच्या प्रतिस्पर्ध्याला एक गुण मिळतो. गेम जिंकण्यासाठी एकूण २१ गुण जिंकावे लागतात. त्या वेळी आपले गुण आणि प्रतिस्पर्धी खेळाडू यांच्या गुणांमध्ये किमान दोनचा फरक असावा लागतो. उदाहरणार्थ २१-१९ अशा फरकानं खेळाडू एक गेम जिंकू शकतो; पण जर गुणांची बरोबरी झालेली असेल किंवा गुणांमध्ये एकचाच फरक असेल तर किमान एका खेळाडूला ३० गुण मिळेपर्यंत सामना पुढे खेळवला जातो. ३०-२९ अशा फरकानं पुढे असलेला खेळाडू गेम जिंकला असं मानलं जातं.

क्रिकेटमधला किंवा टेनिसमधला पंच जे काम करतो, तेच काम बॅडमिंटनचा पंचही करतो. तो दर गुणानंतर गुणांची स्थिती सांगतो, एका खेळाडूचा फटका चुकीचा असला तर त्याविषयी सांगतो आणि नियमांनुसार खेळ चालू राहील याकडे लक्ष ठेवतो. कोर्टवर शिवीगाळ करणं किंवा अपमानास्पद हातवारे करणं, अशा गोष्टी अजिबातच

चालत नाहीत. हा नियम मोडला तर पंच त्या खेळाडूला पिवळं किंवा लाल कार्ड दाखवू शकतो.

प्रत्येक खेळाडू आपापल्या शैलीनुसार हा खेळ खेळतो. काही जण आक्रमकरीत्या खेळतात, तर इतर अनेक जण बचावात्मकरीत्या खेळतात. बॅडमिंटनमधले फटकेही वेगवेगळ्या प्रकारचे असतात. सगळ्या खेळाडूंचे काही खास फटके असतात. 'स्मॅश' हा काही खेळाडूंचा आवडता फटका आहे. नावाप्रमाणेच असा फटका आपण मारला की, प्रतिस्पर्धी खेळाडूला तो परतवणं खूप अवघड जातं. 'ड्रॉप शॉट' तसंच 'टॉस' यांच्याप्रमाणेच 'स्मॅश' हा फटकासुद्धा 'बॅक शॉट' म्हणून ओळखला जातो. याचा सोपा अर्थ म्हणजे हे सगळे फटके खेळाडू आपल्या जागेच्या मागच्या भागातून मारतो. 'ड्राइव्ह' आणि 'डिफेन्स' हे फटके आपल्या जागेच्या मध्यावरच्या ठिकाणातून मारले जात असल्यामुळे त्यांना 'सेंटर शॉट' असं म्हटलं जातं. जाळीच्या अगदी जवळून मारलेले 'ड्रिबल', 'पुश' आणि 'लिफ्ट' हे 'नेट शॉट' या गटात मोडतात. खरं म्हणजे 'ड्रॉप शॉट' हासुद्धा बघायला खूप सुंदर असतो. हा फटका मारण्यासाठी खूप कौशल्य लागत असल्यामुळे तो अवघड प्रकारात मोडतो. या फटक्यामुळे शटल प्रतिस्पर्ध्याच्या भागात, पण जाळीच्या अगदी जवळ जाऊन पडत असल्यामुळे ते परतवणं प्रतिस्पर्ध्याला जवळपास अशक्य होऊन बसतं.

भारतातर्फे आत्तापर्यंत जागतिक पातळीवर सर्वोत्तम म्हणजे पहिलं स्थान मिळवायचा पराक्रम प्रकाश पदुकोण यांनी केला आहे. त्यांचा अपवाद वगळता पुरुषांच्या एकेरीतल्या मानांकनाच्या यादीत पहिल्या दहामध्ये प्रवेश करायचा मान फक्त पुलेला गोपीचंदनं मिळवला होता. तेव्हा त्याला पाचव्या क्रमांकाचं मानांकन मिळालं होतं. स्त्रियांच्या एकेरी स्पर्धेत बराच काळ अमिता घईच्या सातव्या मानांकनानं हा बहुमान मिळवला होता. ही १९८३ सालची गोष्ट आहे. २०१० मध्ये पहिल्या पाच मानांकित खेळाडूंमध्ये स्थान मिळवून सायना नेहवालनं घईचा विक्रम मोडला.

आंतरराष्ट्रीय पातळीवरच्या स्पर्धा जिंकल्यावर खेळाडूला गुण मिळतात आणि त्याचं मानांकनही सुधारतं. स्पर्धेचं विजेतेपद

पटकावणाऱ्या खेळाडूंना मिळणाऱ्या गुणांची यादी अशी :

ऑलिम्पिक/विश्वचषक	: १२,०००	गुण
मास्टर्स सुपर सीरीज फायनल	: ११,०००	गुण
सुपर सीरीज प्रीमियम	: ११,०००	गुण
सुपर सीरीज	: ९,०००	गुण
गोल्ड ग्रां प्री	: ७,०००	गुण
ग्रां प्री	: ५,०००	गुण
इंटरनॅशनल चॅलेंजर्स	: ४,०००	गुण

बॅडमिंटन वर्ल्ड फेडरेशनच्या वेबसाइटवर सगळ्या खेळाडूंचे गुण आणि त्यांचं मानांकन यांची ताजी माहिती दिलेली असते.

तर अशी ही झाली बॅडमिंटनची प्राथमिक तोंडओळख!

■

दोन

पुलेला गोपीचंद

१६ नोव्हेंबर १९७३ या दिवशी अठरा वर्षं वयाच्या शुभवरम्मा यांच्या पोटी पुलेला गोपीचंद नावाच्या मुलाचा जन्म झाला. शुभवरम्मा यांचं हे दुसरं पुत्ररत्न होतं. याआधी राजशेखर नावाचा एक मुलगा त्यांना झाला होता. आई आणि बाळ सुखरूप असल्याचं बघून बाळाचे वडील पी. सुभाषचंद्र यांचाही जीव भांड्यात पडला. सुभाषचंद्र हे 'इंडियन ओव्हरसीज बँके'मध्ये फील्ड ऑफिसरची नोकरी करत. 'चिराला' या आपल्या आजोळी गोपीचंदचा

जन्म झाला. त्याच्या आईचे वडील म्हणजेच आजोबा त्या गावाच्या टपाल खात्यामध्ये पोस्टमास्तर म्हणून काम बघत. आपल्या दुसऱ्या नातवाच्या जन्मामुळे त्यांचाही आनंद द्विगुणित झाला.

गोपी दोन वर्षांचा असताना त्याच्या वडिलांची ओडिशा राज्यामधल्या 'रायगदा' इथं बदली झाली. तिथल्या स्थानिक ख्रिस्ती मिशनरी शाळेत गोपीचंदला घालण्यात आलं. अभ्यासापेक्षा गोपीला शाळेच्या भव्य मैदानात खेळायलाच खूप आवडे. गोपीला जवळपास पकडूनच वर्गात आणावं लागे! तिथं त्यानं शांत बसावं आणि अभ्यासाकडे लक्ष द्यावं म्हणून त्याचे शिक्षक आपल्या खिशामध्ये चॉकलेट्स आणत आणि ती अधूनमधून गोपीला देत. अर्थातच यामुळे इतर मुलांनाही चॉकलेट्स हवी असत. यातून अनेक अप्रिय प्रसंग घडत. त्यातच राजशेखर हा गोपीचा मोठा भाऊ गोपीप्रमाणेच छोट्या गटाच्या वर्गात असल्यामुळे दोघा भावंडांमध्ये अशा वेळी खूपच भांडाभांडी होई. त्या वर्षी शाळेचा निकाल लागल्यानंतर गोपीची अवस्था एकदमच वाईट झाली. याचं कारण म्हणजे राजशेखर वर्गात पहिला आला; तर गोपी मात्र अनुत्तीर्ण झाला! हे कितपत गंभीर आहे हे समजण्याइतकं गोपीचं वय नसलं तरी घरी परतल्यावर आई-वडिलांचे चेहरे त्याला सगळं काही सांगून गेले. आपल्याला आलेल्या अपयशामुळे आपले आई-वडील किती निराश झालेले आहेत हे बघून, पुन्हा त्यांना असा दिवस बघायला लावायचा नाही, असं त्याच्या बालमनानं तेव्हाच ठरवलं. अर्थात म्हणून इथून पुढे त्याच्या गुणांमध्ये खूप वाढ झाली असं नाही; पण तो अनुत्तीर्ण तरी झाला नाही. राजशेखर मात्र सातत्यानं पुढच्या इयत्तांमध्येही पहिल्या क्रमांकावरच टिकून राहिला.

गोपीची अभ्यासामधली कामगिरी सर्वसाधारण प्रकारचीच असली तरी त्याला खेळांमध्ये खूपच गती असल्याचं त्याच्या आई-वडिलांच्या लक्षात आलं. खास करून गोपीच्या वडिलांना आपला मुलगा कुठल्या ना कुठल्या क्रीडा प्रकारांमध्ये नक्कीच चमकेल, असा विश्वास वाटायला लागला. गोपीमध्ये खेळांच्या संदर्भात नैसर्गिक गुण असल्याचं आणि तो मैदानावर हार पत्करायला अजिबात तयार नसल्याचं त्यांच्या नजरेतून सुटलं नाही. तेवढ्यात गोपीच्या वडिलांची चेन्नईला बदली झाली. तिथं तर गोपी खेळांमध्ये अजूनच चमकायला लागला. चपळता

आणि तेजतर्रार नजर हे कुठल्याही खेळाडूसाठी अत्यंत महत्त्वाचे ठरणारे गुण गोपीमध्ये खास उठून दिसत. याखेरीज खेळताना प्रचंड धडपड केल्यामुळे गोपीच्या शरीरावर सतत निरनिराळ्या प्रकारच्या जखमाही होत.

गोपीच्या आई-वडिलांनी त्याच्यावर खूप अभ्यास करण्यासाठी अजिबात सक्ती केली नसली, तरी आपल्या मुलांच्या दिनक्रमाविषयी मात्र ते खूप जागरूक असत. मुलांनी रात्री नऊनंतर जागता कामा नये आणि सकाळी साडेपाचनंतर बिछान्यात झोपून राहता कामा नये, असा नियमच गोपीच्या आईनं केला. याचं महत्त्व गोपीच्या मनावर इतकं ठसलं की, आजही त्याच्या अकादमीमध्ये तो सकाळी सहाच्या आत हजर असतो आणि त्याचे सगळे विद्यार्थीसुद्धा त्याचं अत्यंत कठोर वेळापत्रक पाळतात.

काही वर्षांनी गोपीच्या वडिलांची बदली 'ओंगोल' इथं झाली. तिथं संध्याकाळी गोपीचे वडील आपल्या मित्रांसोबत बॅडमिंटन खेळायला जात असत. तिथं खेळता खेळता गोपीलासुद्धा बॅडमिंटनची आवड लागली. अर्थातच हे बॅडमिंटन खुल्या मैदानातलं म्हणजेच 'आउटडोअर' प्रकारचं होतं. तेव्हा बॅडमिंटन खेळण्यासाठी खास बंदिस्त जागा उपलब्ध नसायच्या. आपल्या घराशेजारच्या मोकळ्या जागेतसुद्धा दोन खांबांमध्ये एक जाळी बांधून गोपी आणि त्याचा भाऊ खुल्या हवेतच तास न् तास बॅडमिंटन खेळायला लागले.

बंदिस्त जागेत बॅडमिंटन खेळणं आणि खुल्या हवेत ते खेळणं यात जमीन-अस्मानाचा फरक असतो. बॅडमिंटनचं शटल अत्यंत हलकं असल्यामुळे हवेचा त्याच्यावर खूप परिणाम होतो. वारे वाहत असतील तर मग हे शटल नक्की कसा प्रवास करेल, हे सांगणं अशक्यच होतं. यामुळे खुल्या हवेत खेळताना शटल आपल्याकडे नक्की कसं येणार आहे याचा अंदाज बांधणं खेळाडूंना जमत नाही. बंदिस्त जागेत खेळताना पुरेशा सरावानंतर हा अंदाज यायला लागतो. गोपीनं सुरुवातीची अनेक वर्षं खुल्या हवेत बॅडमिंटन खेळल्यामुळे त्याला असा अंदाज येणं शक्यच नव्हतं. उलट अतिशय अवघड परिस्थितीमध्ये खुल्या हवेत कशाही येणाऱ्या शटलच्या आधारे त्यानं अनेक वर्षं सराव केला. साहजिकच त्याला अगदी अनपेक्षितपणे भलत्याच दिशेनं किंवा वेगानं

आपल्याकडे शटल येण्याची सवय झाली. नंतर बंदिस्त जागेत खेळताना त्याला या सवयीचा उपयोग झाला. याचं कारण म्हणजे अत्यंत चपळाईनं हालचाली करणं आणि प्रतिस्पर्ध्याच्या अनपेक्षित डावपेचांवर मात करणं, त्याला सहजपणे जमत असे.

गोपी दहा वर्षांचा असताना त्याच्या वडिलांची हैदराबादला बदली झाली. गोपीच्या कारकिर्दीचा हा 'टर्निंग पॉइंट' ठरला. त्याचं घर 'लालबहादूर शास्त्री स्टेडियम'पासून अगदी जवळ होतं. घरची आर्थिक परिस्थिती एकदम बेताची असल्यामुळे स्टेडियममध्ये टेनिसचं प्रशिक्षण सुरू असलं तरी ते परवडण्यासारखं नाही, हे गोपीच्या कुटुंबीयांच्या लगेच लक्षात आलं. साहजिकच गोपी, त्याचा मोठा भाऊ आणि आता त्याला असलेली छोटी बहीण यांनी बॅडमिंटनचा 'स्वस्त' खेळ खेळण्याचा पर्याय स्वीकारला. आपला मुलगा सातत्यानं काहीतरी खेळण्यामध्ये मग्न असतो, तर निदान त्याच्या या वेडाला काही वळण लावता येईल का, हे तपासावं अशी इच्छा गोपीच्या वडिलांच्या मनात निर्माण झाली. म्हणून त्यांनी खास करून गोपीला बॅडमिंटनच्या प्रशिक्षणावर भर द्यायला सांगितला. तिथे चमक दाखवून पहिल्याच वर्षी गोपीनं राष्ट्रीय पातळीवरच्या बारा वर्षांखालच्या वयोगटातल्या स्पर्धेत खेळण्याइतकी मजल मारली. इथून पुढे त्याचा प्रवास वेगानं होत गेला.

गोपी आणि त्याचा भाऊ या दोघांना त्यांचे वडील दररोज सकाळी साडेपाच वाजता स्टेडियमपाशी नेत असत. अर्धा तास धावणं आणि इतर व्यायामप्रकार केल्यानंतर सहा वाजता बॅडमिंटनची कोर्ट्स उघडण्याची ते वाट बघत. लगेचच १०-१५ मिनिटांमध्ये वरिष्ठ खेळाडू सरावाला येत आणि सगळी कोर्ट्स बळकावून टाकत. साहजिकच गोपी आणि त्याचा भाऊ यांना एवढाच काळ सरावासाठी मिळे. त्यानंतर वरिष्ठ खेळाडूंचा सराव संपेपर्यंत धावणं, भिंतीवर शटल मारून सराव करणं, दोरीच्या उड्या मारणं अशा गोष्टी गोपी करत राही. हे एका प्रशिक्षकाच्या चाणाक्ष नजरेनं टिपलं आणि त्यानं गोपीकडे खास लक्ष द्यायला सुरुवात केली. इतर सगळी मुलं जमेल तितकं खेळतात आणि निघून जातात; पण हा मुलगा मात्र शक्य असेल तितका वेळ इथंच असतो आणि खेळायला मिळालं नाही तर व्यायाम करणं किंवा इतरांच्या खेळाचं

बारकाईनं निरीक्षण करणं यात बुडून जातो, हे या प्रशिक्षकाला खूप महत्त्वाचं वाटलं.

गोपीनं अभ्यासाकडे दुर्लक्ष करता कामा नये, नुसतं बॅडमिंटन खेळून त्याच्या आयुष्याचं काही भलं होणार नाही असं सुरुवातीला त्याचे शिक्षक म्हणत. गोपीचे आई-वडीलसुद्धा त्याच्या अभ्यासाकडे पुरेसं लक्ष देत नाहीत असं त्यांना वाटे. हळूहळू गोपीनं एकामागोमाग एक स्पर्धा जिंकायला सुरुवात केल्यानंतर मात्र त्यांचं मत बदलत गेलं. कालांतरानं हेच शिक्षक 'गोपीनं आपली कॉलर ताठ केली' असं म्हणायला लागले. फार कष्ट न घेताच गोपीला काही विषयांमध्ये ७०-७५ गुण मिळत. साहजिकच त्यानं आणखी प्रयत्न केले तर तो नक्कीच ९०च्या घरात पोचेल, असं त्याच्या आई-वडिलांनाही वाटे. तरीसुद्धा ते आणि खास करून गोपीचे वडील त्याच्यावर कसलाच दबाव टाकत नसत. त्याचा मोठा भाऊ मात्र कधी वर्गात पहिला यायच्या ऐवजी दुसरा आला, तर त्याला मात्र खूप बोलणी ऐकून घ्यावी लागत, हे एक विलक्षण कोडंच होतं. आपल्या मुलामधली बॅडमिंटनची अद्‌भुत कला कदाचित गोपीच्या वडिलांनी तेव्हाच ओळखली असावी.

त्या काळात बॅडमिंटनचं एक शटल सहा रुपयांना विकत मिळत असे. ते विकत घेणं हासुद्धा गोपीच्या आई-वडिलांच्या दृष्टीनं तसा मोठा खर्च होता. तरीही आपल्या मुलाच्या प्रगतीमध्ये या शटल्सच्या अनुपलब्धतेचा अडथळा येऊ नये यासाठी त्याचे आई-वडील खूप प्रयत्न करत आणि त्याला काहीही करून दररोज एक नवं शटल विकत घेता येईल यासाठी पैसे बाजूला काढून ठेवत. तसंच वरिष्ठ खेळाडूंनी वापरलेली किंवा इतर स्पर्धांमध्ये वापरण्यात आलेली शटल्स डागडुजी करून कशी वापरता येतील, यासाठीही ते प्रयत्न करत. सातत्यानं बॅडमिंटनचा सराव केल्यामुळे दर दीड-दोन महिन्यांनी गोपीचे बूट खराब होत. नवे बूट वारंवार विकत घेण्यासारखी त्याच्या आई-वडिलांची अजिबातच परिस्थिती नव्हती. त्यामुळे त्याची आई त्याचे जुने आणि फाटत आलेले बूट तात्पुरते दुरुस्त करून घेई. अगदी पूर्णपणे फाटेपर्यंत असेच बूट गोपी वापरे. त्याच्या रॅकेटमधल्या दोऱ्याही वारंवार खराब होत किंवा तुटत असत. त्यांच्या दुरुस्तीतसुद्धा बराच खर्च सातत्यानं होई. असं असूनसुद्धा गोपीच्या आई-वडिलांनी इतर

सगळे खर्च बंद करून आपल्या मुलाच्या बॅडमिंटनमधल्या प्रगतीसाठी शक्य तितके पैसे वाचवले. उदाहरणार्थ, एकही चित्रपट ते बघत नसत. अगदी क्वचितच अपवाद म्हणून ते दोन-तीन वर्षांमधून एकदा हॉटेलमध्ये जेवायला जात. स्वतःवरही कसलाच वायफळ खर्च ते अजिबात करत नसत. साहजिकच गोपीच्या कुटुंबाचा नातेवाईक आणि मित्रपरिवार यांच्याबरोबरचा संपर्कही कमी झाला. गोपीचं कुटुंब कुणाकडे जात नसे आणि कुणाला आपल्याकडे बोलावत नसे. सगळा वेळ मुलांचा अभ्यास आणि गोपीचं बॅडमिंटन यातच खर्च होई. दर महिन्याच्या २० तारखेपर्यंत शिल्लक असलेले सगळे पैसे खर्च झालेले असत आणि आता गोपीच्या वडिलांच्या पुढच्या पगाराकडे नजर लागून राहिलेली असे. या सगळ्याचा एक दुष्परिणाम म्हणजे गोपीच्या धाकट्या बहिणीला कसलीच मजा करता येत नसे. इतकंच नव्हे, तर कुटुंबात एकच सायकल असल्यामुळे गोपीचा मोठा भाऊ आणि गोपी त्या सायकलीवरून डबलसीट फिरत. यामुळे गोपीच्या बहिणीला इच्छा असूनही कुठं जाता येत नसे. तिलाही बॅडमिंटनचा सराव करावासा वाटे; पण ते शक्यच नव्हतं.

नंतर मोठमोठ्या आंतरराष्ट्रीय स्पर्धा जिंकणाऱ्या आणि सायना तसंच सिंधू यांसारखे जागतिक पातळीवर आपला ठसा उमटवणारे खेळाडू तयार करणाऱ्या गोपीचंदची सुरुवात अशी झाली!

■ तीन

सिंधूची प्रशिक्षण अकादमी

खेळाडू म्हणून आपली कारकीर्द संपल्यानंतर गोपीचंदला बॅडमिंटनची साथ अजिबात सोडायची नव्हती. उलट, ज्या खेळानं आपल्याला इतकं भरभरून दिलं त्या खेळाची सेवा करत राहायची आणि भारतातून जगज्जेते बॅडमिंटनपटू निर्माण करायचे, असा विचार गोपीचंदच्या डोक्यात घोळत राहिला. त्यानं यासाठी हैदराबादमध्ये बॅडमिंटन प्रशिक्षण अकादमी उभी करण्याचं स्वप्न बघितलं. अर्थातच, यासाठी प्रचंड मोठी जागा तर लागणार होतीच,

पण त्याशिवाय खूप मोठी आर्थिक गुंतवणूकही गरजेची होती. त्यानं सरकारकडे जागेसाठी विनंती केली. नशिबानं गोपीचंदच्या मागणीत तथ्य असल्याचा निष्कर्ष काढून आंध्र प्रदेशच्या मुख्यमंत्र्यांनी हैदराबादमधल्या माहिती-तंत्रज्ञान क्षेत्राशी संबंधित असलेल्या कंपन्यांनी भरलेल्या 'गचिबौली' या भागात तब्बल पाच एकर जागा गोपीचंदला उपलब्ध करून दिली. २००३ मध्ये खेळाडू म्हणून निवृत्त झालेल्या गोपीचंदनं या संधीचं अक्षरशः सोनं केलं!

खरं म्हणजे गोपीचंद निवृत्त होण्याचीच काही जण वाटत बघत होते. हे आपण चांगल्या अर्थानं घेऊ. याचं कारण, गोपीचंदचं कौशल्य लक्षात घेता त्यानं आपल्या राष्ट्रीय संघाचं प्रशिक्षकपद स्वीकारावं, अशी अनेक देशांची इच्छा होती. त्यामुळे निवृत्त होताच गोपीचंदकडे यासाठीचे अनेक प्रस्ताव आले. या देशांनी गोपीचंदला आपलं नागरिकत्वही देऊ केलं. हे कळताच गोपीचंदसारख्या तज्ज्ञाचा उपयोग भारतानं करून घेतला पाहिजे, असं काही महत्त्वाच्या लोकांच्या लक्षात आलं. कठीण परिस्थितीशी झुंजून वर आलेल्या आणि स्वतःची कारकीर्द स्वतः घडवलेल्या गोपीचंदच्या कौशल्याचा आणि अनुभवाचा फायदा उदयोन्मुख भारतीय खेळाडूंना झाला पाहिजे, यासाठी प्रयत्न सुरू झाले. इतर अनेक खेळाडू आणि असंख्य 'सेलिब्रिटीज' अगदी सर्रास दारू, सिगारेट, शीतपेयं यांच्या जाहिराती करून लाखो रुपये कमावत असताना गोपीचंदनं याला स्पष्ट नकार दिला. घातक पदार्थांचा समावेश असलेल्या शीतपेयांची जाहिरात करून त्यांना प्रोत्साहन देणं म्हणजे नव्या पिढीची दिशाभूल करणं आहे, असं स्पष्ट मत मांडून गोपीचंदनं भल्याभल्यांना न आवरणारा हा मोह टाळला. यामुळे त्याच्याविषयीचा सर्वसामान्यांच्या मनातला आदर अजूनच वाढला.

गोपीचंदच्या दूरच्या नात्यामध्ये निम्मगदा प्रसाद नावाचा उद्योगपती आहे. गंमत म्हणजे त्याची ओळख 'मॅट्रिक्स प्रसाद' याच नावानं करून दिली जाते. कारण त्यानं 'मॅट्रिक्स लॅब्ज' नावाची औषधनिर्मिती करणारी कंपनी सुरू केली, यशोशिखरावर नेली आणि तब्बल ४७०० कोटी रुपयांच्या मोबदल्यात ती एका अमेरिकी कंपनीला विकून टाकली. गोपीविषयी त्यानं आपल्या कौटुंबिक गप्पांमध्ये ऐकलं असलं, तरी त्यांची अगदी एक-दोनदाच भेट झाली होती. आता आपल्या अकादमीच्या कामात 'मॅट्रिक्स प्रसाद'ची आर्थिक मदत मिळू शकेल का, याची चाचपणी करण्यासाठी गोपीचंदनं त्याची भेट घेतली. अगदी सहजपणे 'मी तुला दोन देईन' असं

मॅट्रिक्स प्रसादनं गोपीचंदला सांगितलं. याचा अर्थ न समजल्यामुळे गोपीचंदचा चेहरा एकदम प्रश्नांकित झाला. यावर 'दोन कोटी रुपये' असा खुलासा मॅट्रिक्स प्रसादनं केल्यावर गोपीचंदचा आनंद गगनात मावेनासा झाला! दुसऱ्या एका उद्योगपतीनं पन्नास लाख रुपये गोपीचंदला दिले. इतरही श्रीमंत मंडळींनी काही लाख रुपये या प्रकल्पासाठी दिले. असं करत करत गोपीचंदची अकादमी उभी राहण्याचा मार्ग खुला झाला.

या अकादमीत आता गोपीचंद सकाळी साडेचार वाजता हजर असतो. प्रशिक्षण घेणाऱ्या खेळाडूंसह तो तिथं संध्याकाळी सहापर्यंत असतो. आपल्या हाताखाली शिकणाऱ्या खेळाडूंनी ज्या गोष्टी करू नयेत असं त्याला वाटतं त्यामधली एकही गोष्ट करायचं तो कटाक्षानं टाळतो. उदाहरणार्थ, त्यांनी प्रशिक्षण काळात फोन वापरायचा नाही असं त्यानं सांगितलेलं असतं. तेव्हा तो स्वतःसुद्धा फोन वापरत नाही. प्रचंड जाहिरातबाजी करून विनाकारण अनावश्यक गोष्टी आपल्या माथ्यावर थापल्या जातात, असं गोपीचंदचं मत आहे. जगभरातून चांगलं ते नक्कीच घ्यावं, पण भारतामधल्या चांगल्या गोष्टी विनाकारण हद्दपार करू नयेत, असं तो मानतो. म्हणूनच त्याच्या अकादमीत प्रशिक्षण घेणाऱ्या खेळाडूंना भात, पोळी, वरण, दूध, ताज्या फळांचा रस, लिंबूपाणी, गव्हाचा ब्रेड आणि इतर पौष्टिक पदार्थच दिले जातात. वेष्टणात गुंडाळलेले तयार पदार्थ, फास्ट फूड, सॉफ्ट ड्रिंक्स अशा गोष्टींना तिथं बंदीच आहे.

खेळाडूंना प्रगती साधायची असेल, तर त्यांना चांगलं काय आणि वाईट काय याची जाण असली पाहिजे, असं गोपीचंद मानतो. म्हणूनच तो सातत्यानं आपल्या हाताखाली प्रशिक्षण घेणाऱ्या खेळाडूंशी या संदर्भात संवाद साधतो.. शिस्त आणि परिश्रम यांना पर्याय नसल्याचं तो त्यांच्या मनावर सतत बिंबवतो. गोपीचंदनं स्वतः हे सगळं प्रत्यक्ष आचरणात आणल्याचं पाहून त्या जाणिवेपोटी आणि अजूनही तो अशाच प्रकारचं शिस्तबद्ध आयुष्य जगत असल्याचं बघत असल्यानं हे तरुण खेळाडू अगदी मनापासून त्याचं सारं काही ऐकतात. यातूनच सायना नेहवालसारखी परिश्रमांना न कंटाळणारी विद्यार्थिनी गोपीचंदला सापडली. कालांतरानं या यादीत सिंधूची भर पडली. अगदी लहानपणापासून मेहनत घेतली तर भारतातही बॅडमिंटनचे जगज्जेते निर्माण होऊ शकतात, हा विश्वास गोपीचंदच्या अकादमीमुळे सगळयांच्याच मनात निर्माण झाला.

सायना आणि सिंधू यांच्यासारख्या सर्वसामान्य घरांमधल्या मुलींना अत्युच्च पातळीवर नेण्यासाठी गोपीचंद कशा प्रकारचे प्रयत्न करतो, हे अगदी ऐकण्यासारखंच आहे. खेळाडूंना भविष्यात काय अडचणी येऊ शकतील, तसंच त्यांच्या खेळामधले कच्चे दुवे नेमके काय आहेत, याचा गोपीचंद खूप विचार करतो. त्यानुसार तो संबंधित खेळाडूला कशाकशावर काम केलं पाहिजे, याची यादी करून देतो. त्या खेळाडूचं प्रशिक्षण त्यानुसार सुरू होतं. सायना नेहवाल जेव्हा गोपीचंदच्या हाताखाली प्रशिक्षण घ्यायला लागली तेव्हा तिला वेगवेगळे फटके अचूक आणि जोरकसरीत्या मारताना ते नियंत्रित करता येत नाहीत, हे गोपीचंदच्या लक्षात आलं. त्याबरोबर त्यानं पुढची तब्बल चार-पाच वर्षं याच गोष्टीवर भर दिला. त्यानंतर तिला 'बॅकहँड ड्रॉप्स', 'फ्लिक शॉट्स', 'नेट क्रॉस' असे सगळे फटके लीलया मारता यायला लागले. अगदी महत्त्वाच्या क्षणी आणि अटीतटीच्या लढतींमध्ये तिचं हे वैशिष्ट्य अनेकदा कामी आलं. याउलट सिंधूला फटके मारणं चांगलं जमतं, पण जाळीच्या जवळचा खेळ आणि बचावात्मक खेळ मात्र तिला नीट जमत नाही, असं गोपीचंदचं निरीक्षण होतं. म्हणूनच त्यानं सिंधूच्या बाबतीत या मुद्द्यांवर भर दिला. याखेरीज जेव्हा शटलचा वेग कमी असतो तेव्हा सायना अगदी सहजपणे प्रतिस्पर्ध्याला नमवते; तर सिंधू याच्या बरोबर उलटं- म्हणजे वेगवान खेळात प्रतिस्पर्ध्याला बेचिराख करते, हेही गोपीचंदला जाणवलं. त्यामुळे त्यानं दोन्ही खेळाडूंमधली ही शक्तिस्थानं तशीच राखत त्यांना प्रतिकूल परिस्थिती असतानाही जिंकता यावं यासाठीच्या सरावावर खूप भर दिला.

सायना नेहवाल आपल्या गोपीसरांविषयी काय म्हणते हे ऐकण्यासारखंच आहे :

''माझ्या इतर काही प्रशिक्षकांच्या तुलनेत गोपीसर खूपच शांत आहेत. त्यांच्याकडे असलेला संयम आणि त्यांचा शांत स्वभाव यांबाबतीत त्यांची तुलना अक्षरशः गौतम बुद्धांशी करावी, असे ते आहेत. ते कधीच आमच्या चिडचिडीकडे लक्ष देत नाहीत. मी सगळ्यात जास्त काळ त्यांच्याकडूनच प्रशिक्षण घेतलं आहे आणि मला त्यांच्याकडून शिकताना सगळ्यात जास्त फायदा झाला आहे. ते नेहमीच, 'भारतासाठी इतकी विलक्षण कामगिरी केली असल्यामुळे तू स्वतःच आमच्यासाठी एक

सुवर्णपदक आहेस' यांसारख्या शब्दांनी मला प्रोत्साहित करतात. मी कधी दमले असेन तर त्यांना ते लगेच कळतं आणि त्या दिवशी ते मला जरा आराम करू देतात. त्याचप्रमाणे एखाद्या दिवशी त्यांचं मन थाऱ्यावर नसेल आणि त्यांचा मूड ठीकठाक नसेल तर मलाही ते लगेच समजतं.

"गोपीसरांकडून प्रशिक्षण घ्यायला सुरुवात केल्यावर माझं वेळापत्रक बदललं. आंतरराष्ट्रीय पातळीवरच्या त्यांच्या अनुभवाचा मला खूप फायदा झाला. माझा खेळ आणखी चांगला व्हावा याबरोबरच माझी शारीरिक तंदुरुस्ती आणि माझा दम या गोष्टींमध्ये सुधारणा व्हावी यासाठी त्यांनी खूप प्रयत्न केले. योगनिद्रा यांसारख्या गोष्टी त्यांनी मला शिकवल्या. त्यामुळे मला माझ्यामधली ऊर्जा टिकवून धरणं तसंच कायम सकारात्मक विचार करणं शक्य झालं. माझ्या प्रशिक्षणाच्या वेळापत्रकात आणि रचनेत त्यांनी बदल केल्यामुळेसुद्धा मला प्रचंड फायदा झाला. गोपीसरांमुळेच मी पूर्वीपेक्षा जास्त आक्रमक खेळू लागले. माझ्या खेळात सुधारणा होण्यामागे त्यांच्या आंतरराष्ट्रीय पातळीवरच्या अनुभवाचा खूपच फायदा झाला. त्यांच्याकडून प्रशिक्षण घ्यायला सुरुवात केल्यावर पाच-सहा वर्षांमध्ये मी जागतिक पातळीवर दुसऱ्या क्रमांकावर पोचले. त्यांच्याशिवाय हे शक्यच नव्हतं.

"गोपीसरांचं सगळ्यात मोठं वैशिष्ट्य म्हणजे गरजेनुसार किंवा परिस्थितीनुसार ते कधी आमच्यातलेच एक आहेत असं वागतात, तर कधी ते आमचे गुरू आणि प्रशिक्षक असल्यासारखे वागतात. प्रशिक्षण केंद्रात मी कधी त्यांच्याविरुद्ध एखादा सामना खेळले तर ते खूप आक्रमकतेनं खेळतात. मी प्रयत्नांची पराकाष्ठा करून त्यांना हरवावं यासाठी ते मुद्दामच असं करत असतील. माझ्या खेळाचा दर्जा उंचवायला मला प्रवृत्त करण्यासाठी ते असं करत असतील. अशा प्रकारचं प्रशिक्षण माझ्यासाठी खूपच महत्त्वाचं ठरतं.

"त्यांचं वय फार नसूनसुद्धा त्यांनी प्रशिक्षणाला आणि आम्हा खेळाडूंना सर्वस्व बहाल करून टाकलं आहे. आपल्या कुटुंबाबरोबर सहलीला जाणं किंवा दीर्घ काळ सुट्टीवर जाणं, अशा गोष्टी करताना त्यांना मी फारसं बघितलेलं नाहीये. त्यांचा प्रवास हा माझ्यासारख्या खेळाडूंच्या स्पर्धांसाठीच असतो. तिथं ते वही आणि पेन घेऊन अत्यंत बारकाईनं आम्हा खेळाडूंच्या कामगिरीविषयीच्या नोंदी करत असतात.

ते जणू बॅडमिंटनचाच श्वास घेतात! जेवायला बाहेर जाणं नाही, सिनेमाला जाणं नाही, वीकेंड आरामात घालवणं नाही... पण बहुधा म्हणूनच आपल्या बॅडमिंटन संघाला अगदी हवे असलेले प्रशिक्षक ते बनू शकले आहेत. एवढं सगळं असूनसुद्धा आम्ही एखादा सामना जिंकल्यावर विजय साजरा करण्यासाठी पहिल्यांदा त्यांचीच लगबग सुरू होते!

"गोपीसरांविषयीचं एक गुपित म्हणजे ते उत्कृष्ट स्वयंपाक करू शकतात. २०११ सालच्या 'फ्रेंच ओपन स्पर्धे'च्या वेळी सगळ्या संघासाठी त्यांनी तयार केलेली अप्रतिम चिकन करी अविस्मरणीय होती. ज्या प्रकारे आमचं प्रशिक्षण सुरू असताना किंवा आम्ही सामना खेळत असताना ते आमच्यावर अत्यंत बारकाईनं लक्ष ठेवून असतात त्याचं महत्त्व आम्हा खेळाडूंना पुरेपूर माहीत आहे.

"प्रशिक्षकाचं खेळाडूच्या आयुष्यातलं महत्त्व किती असतं, हे आपल्या लक्षात आलं असेल. खेळाडूचं रूपांतर विजेत्यामध्ये करण्यात त्यांचा खूप मोठा वाटा असतो. आमचं व्यक्तिमत्त्व, आमचं कुटुंब, आमचा आहार, आमचे गुण, आमच्यातले कच्चे दुवे या सगळ्या गोष्टी त्यांना नीटपणे समजलेल्या असतात. एकाच प्रशिक्षकाला अनेक खेळाडूंविषयी हे सगळं वैयक्तिक पातळीवर जाणून घ्यायचं असल्यामुळे आणि त्या सगळ्या खेळाडूंना प्रशिक्षण द्यायचं असल्यामुळे हे काम तसं सोपं नसतं. ते आमच्याहून जास्त कष्ट घेतात. एखाद्या खेळाडूला प्रशिक्षण केंद्रात सकाळी सहा वाजता हजर होणं गरजेचं असेल, तर प्रशिक्षकाला त्याच्या आधी तिथं असावं लागतं. मी ज्या प्रशिक्षकांकडून बॅडमिंटनचे धडे घेतले आहेत त्या प्रत्येक प्रशिक्षकानं मला नियमितपणाचं महत्त्व पटवून दिलेलं आहे. अगदी एक-दोन मिनिटांचा उशीरसुद्धा कुणी खपवून घेतलेला नाही. याला मीसुद्धा खूप महत्त्व दिलेलं आहे.

सामना सुरू असताना प्रशिक्षक खेळाडूच्या मागे बसलेला असतो. आपल्या मागे गोपीसर बसलेले आहेत, ही भावना माझ्यासाठी खूपच सुखकारक असते. जर गोपीसर किंवा इतर कुठलेच प्रशिक्षक सामन्याच्या ठिकाणी उपस्थित नसले तर मला खूपच चुकल्या-चुकल्यासारखं वाटायला लागतं."

अशा प्रशिक्षकाच्या हाताखाली प्रशिक्षण घेणं ही सिंधूच्या दृष्टीनं किती भाग्याची गोष्ट आहे, याचा आपल्याला अंदाज आला असेलच!

■

■ चार

सिंधूची जडणघडण

पुसरला वेंकट सिंधू हिचा जन्म ५ जुलै १९९५ रोजी हैदराबादमध्ये एका तेलुगू कुटुंबात झाला. सिंधूचे वडील पुसरला वेंकट रामना ऊर्फ पी. व्ही. रामना हे भारतीय रेल्वेमध्ये काम करायचे. तसंच ते व्यावसायिक पातळीवर व्हॉलिबॉलसुद्धा खेळायचे. भारताच्या राष्ट्रीय संघात स्थान मिळवेपर्यंत त्यांनी मजल मारली. १९८६ सालच्या आशियाई स्पर्धेत व्हॉलिबॉलमध्ये भारतीय संघानं कांस्यपदक मिळवलं होतं, त्या संघात रामना होते. त्यांच्या या

कामगिरीसाठी त्यांना २००० मध्ये 'अर्जुन पुरस्कारा'नं गौरवण्यातही आलं. योगायोग म्हणजे याच वर्षी गोपीचंदचाही 'अर्जुन पुरस्कार' विजेत्यांच्या यादीत समावेश होता. सिंधूची आई विजया यासुद्धा राष्ट्रीय पातळीवर व्हॉलिबॉल खेळल्या आहेत. एकूणच सिंधूच्या घरामध्ये खेळाचं वातावरण तिच्या लहानपणापासूनच होतं.

सुरुवातीला रामना यांचं कुटुंब आंध्र प्रदेशातल्या गुंटूर इथं राहायचं. त्याआधी त्यांचे पूर्वज रत्नलाम्माकुंट इथं राहायचे. नंतर व्हॉलिबॉलवरच्या प्रेमापोटी रामना यांनी आपला मुक्काम हैदराबादला हलवण्याचा निर्णय घेतला. विजया मूळच्या विजयवाडाच्या आहेत. सिंधूचा जन्म हैदराबादमध्ये झाला. तिचं बालपणसुद्धा तिथंच गेलं. तरी रत्नलाम्माकुंट, गुंटूर आणि हैदराबाद अशा तिन्ही ठिकाणी तिचं येणं-जाणं असे. रत्नलाम्माकुंट इथं रत्नलाम्मा देवीचं प्रसिद्ध देवस्थान आहे. सिंधूचे आई-वडील आणि स्वतः सिंधू यांची देवावर श्रद्धा असल्यामुळे ते आपल्या या कुलदेवतेचं दर्शन घेण्यासाठी रत्नलाम्माकुंट इथं संधी मिळेल तेव्हा जातात. रिओ ऑलिम्पिकच्या अंतिम सामन्यापूर्वी सिंधूचे वडील अगदी तातडीनं आपल्या कुलदेवतेचं दर्शन घेण्यासाठी जाऊन आले होते, यावरून त्यांच्या श्रद्धेचा अंदाज आपल्याला येऊ शकतो.

आपल्या वयाच्या आठव्या वर्षी सिंधूनं बॅडमिंटन खेळायला सुरुवात केली. आपल्या आई-वडिलांप्रमाणेच व्यावसायिक व्हॉलिबॉलपटू होण्याचा विचार तिच्या मनात आला खरा; पण बॅडमिंटन तिला जास्त आवडायला लागलं. या खेळाचे सुरुवातीचे धडे सिंधूनं सिकंदराबादमध्ये भारतीय रेल्वेच्या प्रशिक्षण केंद्रात मेहबूब अली यांच्या हाताखाली गिरवले. कारण सिंधूचं कुटुंब तेव्हा सिकंदराबादमध्ये राहायचं. त्यानंतर काही काळ झाल्यावर सिंधूनं गोपीचंद यांच्या बॅडमिंटन प्रशिक्षण अकादमीत प्रवेश घेतला. खरंतर, या प्रशिक्षण अकादमीपासून सिंधूचं घर तब्बल ५६ किलोमीटर्स अंतरावर होतं! असं असूनही ती न चुकता ठरल्या वेळेला प्रशिक्षणासाठी हजर असे. यामुळे तिचे प्रशिक्षक प्रभावित झाले. गोपीचंदलासुद्धा सिंधूचा सकारात्मक दृष्टिकोन आणि तिच्यातला चिवटपणा या गुणांचं महत्त्व वाटलं. सिंधूला दररोज इतका प्रवास मानवणार नाही, हे लक्षात घेऊन रामना यांनी काही काळानंतर आपला मुक्काम गोपीचंद यांच्या अकादमीपासून जवळच्या अंतरावर म्हणजेच हैदराबाद शहरात हलवला. आपला सराव कधीच बुडायला नको यासाठी सिंधू प्रचंड

आग्रही असे. जर कधी एखाद्या दिवशी रामना यांना आपल्या मुलीला गोपीचंद यांच्या अकादमीमध्ये नेता आलं नाही, तर सिंधूच्या डोळ्यांमध्ये लगेचच अश्रू दिसायला लागत. आपल्या मुलीचं मन दुखावायला रामना यांना अजिबात आवडत नसे. साहजिकच ते आपली सगळी कामं सांभाळून सिंधूला सरावाला नेण्या-आणण्याचं काम अगदी कसोशीनं करत. त्यांची यात खूप धांदल उडत असे. सिंधूची आई विजया यांनाही हे वेळापत्रक सांभाळणं अजिबातच सोपं नसे. तरीसुद्धा आपल्या मुलीच्या मार्गात आपण अडथळा ठरू नये यासाठी त्यांनी इतर सगळ्या गोष्टी बाजूला ठेवल्या. स्वतःपुढच्या अडचणी दुय्यम मानून आणि सिंधूच्या प्रशिक्षणाला सगळ्यात जास्त महत्त्व देऊन त्यांनी आपलं वेळापत्रक तिच्या वेळापत्रकानुसार आखून घेतलं. अर्थातच हे अजिबात सोपं नव्हतं. सिंधूच्या खेळाला कशाला एवढं महत्त्व द्यायचं, असा विचारसुद्धा त्यांच्या मनात आला नाही. कदाचित स्वतः उत्तम खेळाडू असल्यामुळेही हे घडलं असावं. तरीसुद्धा सिंधूमधल्या कौशल्याला वाव मिळावा यासाठी तिच्या आई-वडिलांनी घेतलेले परिश्रम आणि त्यांनी केलेला त्याग या गोष्टी थक्क करून सोडणाऱ्या आहेत. सर्वसामान्यपणे कुठलेही पालक अशा प्रकारचा निर्णय घेताना दहा वेळा विचार करतात.

आठव्या इयत्तेपर्यंत सिंधू इतर सगळ्या मुला-मुलींप्रमाणेच शाळेत जात असे. गणित हा तिच्या विशेष आवडीचा विषय होता. शाळेचा अभ्यास आणि बॅडमिंटन खेळणं या दोन्ही गोष्टी ती जमवत असे. नववीपासून मात्र तिला या दोन्ही गोष्टी एकाच वेळी करणं जरा अवघड व्हायला लागलं. खरं म्हणजे सिंधूला अभ्यासाची गोडी होती. शिकून आपण काहीतरी मोठं करावं, असं तिला वाटत असे. तिची ही इच्छा बॅडमिंटनच्या प्रेमामुळे अर्धवट राहण्याची शक्यता निर्माण झाली. दररोज दूरवर प्रवास करून गोपीचंदच्या अकादमीमध्ये सराव करणं, त्यातून होणारी दमछाक आणि शाळा हे सगळं गणित जुळेनासं व्हायला लागलं. सिंधूचा सराव सकाळी आणि संध्याकाळीही असल्यामुळे सकाळी अकादमी, दुपारी शाळा आणि संध्याकाळी पुन्हा अकादमी असा अत्यंत अवघड प्रवास तिला करावा लागे. दररोज रात्री घरी पोचायलाच तिला दहा वाजत. सिंधूचे वडील तिला संध्याकाळच्या सरावानंतर अकादमीतून घरी घेऊन जात असताना त्यांच्या मोटारीच्या मागच्या सीटवर सिंधू

झोपून जाई! तिथंच तिच्यासाठी तिच्या आई-वडिलांनी एक उशी आणि चादर या वस्तू ठेवल्या होत्या. या धावपळीमध्ये कित्येकदा सिंधूचा होमवर्क तिचे आई-वडीलच करत असत. शाळेत जाता जाता सिंधू आपल्या वह्या-पुस्तकांवर भराभर नजर फिरवून आपल्या पालकांनी केलेला होमवर्क समजून घेण्याचा प्रयत्न करत असे. खरं म्हणजे एखाद्या शाळेनं अशा प्रकारे शिकणाऱ्या विद्यार्थिनीला कदाचित शाळेतून काढूनच टाकलं असतं; पण 'ऑक्झियम हायस्कूल' या सिंधूच्या शाळेनं तिला खूप समजून घेतलं. कदाचित सिंधू खेळात आपलं नाव खूप पुढे नेईल या आशेपोटी शाळेनं असं केलं असावं. शिवाय सिंधू आदर्श विद्यार्थिनीसारखी वागत असल्यामुळेही शाळेनं तिला अशी सूट दिली असावी.

बहुतेक लहान मुलींप्रमाणेच सिंधूही बालवयात बाहुल्यांशी तास न् तास खेळण्यात रमून जाई. खास करून बार्बी डॉल्स तिला खूप आवडत. शेजारपाजारच्या मुलींबरोबर बाहुल्यांशी खेळण्यात वेळ कसा गेला, हे तिला समजतसुद्धा नसे. वाचनाची तिला खास आवड नाही. शालेय अभ्यासक्रमामधली पुस्तकंसुद्धा ती नाइलाजानं वाचत असे! आत्तापर्यंत एकही पुस्तक आपण पूर्ण वाचलं नसल्याची कबुली ती जरा ओशाळूनच देते. खरं म्हणजे आपण वाचन केलं पाहिजे असं ती स्वतःला अनेकदा बजावते; पण कुठलंही पुस्तक हातात घेऊन वाचायला सुरुवात केली की आपल्याला झोप येते, असं ती म्हणते! यामुळे दर वेळी पुस्तक वाचण्याचा आपला निर्धार मोडतो आणि आपण चित्रपट, प्रवास व झोप या आपल्या आवडत्या गोष्टींकडे वळतो, असं ती सांगते. अर्थात प्रचंड धावपळ आणि कष्ट यांमुळे तिला बरेचदा पुरेशी झोप मिळत नाही. साहजिकच वेळ मिळाला की, आपला झोपेचा कोटा भरून काढण्यावर तिचा भर असतो.

अखेर काही काळातच 'शिक्षण का बॅडमिंटन?' हा प्रश्न सोडवण्याची वेळ सिंधूवर आलीच. ज्याप्रमाणे दहावीची परीक्षा द्यायची का पाकिस्तानचा अत्यंत अवघड दौरा करायचा, असा यक्षप्रश्न सचिन तेंडुलकरच्या बाबतीत उद्भवला होता तसंच सिंधूच्या बाबतीतसुद्धा घडलं. मॉस्कोमधल्या स्पर्धेत खेळण्याची संधी तिला मिळाली. अखेर तिनं दहावीची बोर्डाची परीक्षा द्यायची नाही असं ठरवलं. नंतर अभ्यास करून तिनं पुढच्या वर्षी ही परीक्षा दिली. तिच्या शाळेमधल्या रखवालदाराला सिंधूच्या या निर्णयाची काहीच कल्पना नव्हती. ती एक वर्ष उशिरा परीक्षा द्यायला आली, याचाच

अर्थ ती गेल्या वर्षी दहावी बोर्डाच्या परीक्षेत नापास झालेली असणार असा साधा निष्कर्ष त्यानं काढला आणि तो सिंधूला तसं म्हणालासुद्धा! सिंधूनं सगळ्याच विषयांची परीक्षा दिलेली बघून त्याला अजूनच आश्चर्य वाटलं. पहिल्या प्रयत्नात ही मुलगी सगळ्याच्या सगळ्या विषयांमध्ये कशी काय अनुत्तीर्ण झाली याचं त्याला खूप वाईट वाटलं. शेवटी सिंधूच्या वडिलांनी त्याला खरी परिस्थिती सांगितली आणि तेव्हा कुठे त्याला जरा हायसं वाटलं! सिंधूला या प्रसंगाची आजही आठवण होते आणि तिच्या चेहऱ्यावर स्मितहास्य झळकतं. यानंतर सिंधूनं आपली दहावी-बारावी पूर्ण करून वाणिज्य शाखेमध्ये पदवी मिळवली. अर्थातच, 'सेंट ॲन्स कॉलेज'नं तिला बी.कॉम.च्या वर्गांना हजेरी न लावता फक्त परीक्षा द्यायची परवानगी दिली. बी.कॉम.वर थांबण्याची जिद्दी सिंधूची तयारी नसल्यामुळे तिनं नंतर 'एमबीए' करण्याचा ध्यास घेतला आहे. आपल्या या पदव्यांचा आपल्याला काय उपयोग होईल, हे खरं म्हणजे माहीत नसल्याचं निष्पाप आणि प्रांजळ मत ती व्यक्त करते. सध्या तरी आपल्या डोक्यात फक्त बॅडमिंटनचेच विचार असल्याचं ती आवर्जून सांगते.

लहानपणी काही काळ सिंधूच्या मनात खूप अभ्यास करून डॉक्टर व्हायचं वेड शिरलं होतं. यासाठी आपण नक्की काय शिकलं पाहिजे, कुठल्या विषयांवर भर दिला पाहिजे याचा ती अभ्यास करत असे. सिंधूची बहीणसुद्धा खूप हुशार आणि अभ्यासू असल्यामुळे आपल्या दोघी मुली खूप शिकतील असं सिंधूच्या आई-वडिलांना वाटे. नंतर सिंधूनं बॅडमिंटनसाठीच आपलं आयुष्य वाहून घ्यायचं ठरवलं तरी तिच्या बहिणीनं मात्र आपलं सगळं लक्ष शिक्षणावर केंद्रित केलं. ती चांगले गुण मिळवून डॉक्टरकीकडे वळली. ती डॉक्टर बनण्यासाठीचा अभ्यास करताना बघून सिंधू अक्षरशः गार होत असे. आपण डॉक्टर होण्याचा विचार खूप पूर्वी सोडून दिला हे बरंच झालं, असं ती म्हणते. इतका अभ्यास आणि इतकं सातत्य दाखवणं हे सगळं आपण करू शकलो असतो का, असा तिलाच प्रश्न पडतो. म्हणूनच 'डॉक्टर'ऐवजी आपण 'शटलर' आहोत याचं तिला खूप बरं वाटतं, असं ती स्वतःच म्हणते! सिंधूची ही बहीण तिच्याहून सात वर्षांनी मोठी आहे. तिचं लग्न झालेलं असून ती अमेरिकेमध्ये वैद्यकीय व्यवसाय करते. सिंधूला ती एकदम जवळची आहे. तिच्या लग्नाला एका स्पर्धेमुळे सिंधू हजेरी लावू

शकली नाही, तेव्हा सिंधू खूपच हळवी झाली होती. त्या वेळी तिच्या अनुपस्थितीच्या मोबदल्यात आपल्याला पदक हवं असल्याचं तिच्या बहिणीनं सिंधूला सांगितलं होतं. सिंधू या स्पर्धेत उपविजेती ठरल्यामुळे तिला रौप्यपदक मिळालं आणि ती खूश झाली. जवळपास दररोज सिंधू आणि तिची बहीण यांचं बोलणं किंवा चॅटिंग तरी होतं. अगदी बारीकसारीक गोष्टी त्या एकमेकींशी शेअर करतात.

सिंधूला लहानपणापासूनच तेलुगू चित्रपट बघायला खूप आवडतं. सुरुवातीला सिंधू शाळेत नियमितपणे जायची, पण नंतर तिचा बहुतांश वेळ गोपीचंदच्या अकादमीमध्येच जात असल्यामुळे शालेय काळातल्या तिच्या फक्त चार-पाचच मैत्रिणी आहेत. उरलेले सगळे मित्र-मैत्रिणी तिला अकादमीतच मिळाले. अर्थातच आता सिंधूचं वेळापत्रक प्रचंड व्यस्त असल्यामुळे तिला आपल्या मित्र-मैत्रिणींबरोबर आरामात गप्पाटप्पा मारता येत नाहीत किंवा मजा करता येत नाही. दुहेरी बॅडमिंटन स्पर्धा खेळणारी सिकी रेड्डी ही सिंधूची सगळ्यात जवळची मैत्रीण आहे. तिच्याबरोबर अगदी मनमोकळ्या गप्पा मारायला सिंधूला आवडतं. जसं आपण आपली खास गुपितं अगदी जवळच्या मित्राला किंवा मैत्रिणीलाच सांगतो, तसं आपण सिकीबरोबर सगळं शेअर करत असल्याचं सिंधू सांगते. सायना नेहवाल आणि सिंधू यांच्या संबंधांविषयी सगळ्यांना नेहमीच कुतूहल असतं. त्यांच्यामध्ये स्पर्धा किंवा ईर्ष्या आहे का, असा सगळ्यांचा प्रश्न असतो. आपल्यामध्ये चांगल्या अर्थानं सकारात्मक स्पर्धा नक्कीच असल्याचं सिंधू म्हणते. याचा अर्थ आपण परस्परांचा द्वेष करतो किंवा एकमेकाचं वाईट चिंततो, असं मात्र अजिबात नसल्याचं ती स्पष्ट करते. आपण खास मैत्रिणी नसलो तरी एकमेकांशी हसून बोलत असल्याचं आणि अधूनमधून गप्पा मारत असल्याचं ती सांगते. सायनानं नंतरच्या काळात गोपीचंदची अकादमी सोडून विमलकुमारकडे प्रशिक्षण घेण्याचा निर्णयसुद्धा तिचा स्वतःचा असून, त्यामध्ये आपला कसलाच संबंध नसल्याचंही सिंधू आवर्जून सांगते.

सिंधूला सगळ्या प्रकारचं संगीत ऐकायला आवडत असलं, तरी तिच्या पिढीच्या आवडीनिवडींशी सुसंगत असलेलं वेगवान संगीत तिला जास्त भावतं. आजूबाजूला कुणी नसेल तर ती अशा वेळी या भन्नाट गाण्यांवर मनमुराद नाचतेसुद्धा! खास करून रणबीर कपूर आणि

दीपिका पदुकोण यांच्यावर चित्रित करण्यात आलेल्या गाण्यांवर नाचायला तिला खूप आवडतं. तसंच हृतिक रोशनचे चित्रपट तिला बघायचेच असतात. तिला फावल्या वेळात चित्रं काढायलाही आवडतं. काही गोष्टी तिच्या मनावर ठसतात आणि घरी परतल्यानंतर ती त्या कॅनव्हासवर उतरवते. अर्थातच, तिची चित्रकला सर्वसाधारणच असली तरी तिला गंमत म्हणून चित्रं काढायला आवडतं आणि जमतंसुद्धा. लहानपणी सिंधू आपल्या आई-वडिलांबरोबर कधीतरी बाहेर गेल्यावर, कुणी प्रसिद्ध माणूस दिसला की लगेचच त्याच्या आजूबाजूला लोक जमून त्याची सही घेण्यासाठी धडपडत असल्याचं दृश्य बघत असे. असं आपल्याही बाबतीत कधीतरी घडावं, अशी सुप्त इच्छा तिच्या मनात होती. आता हे प्रत्यक्षात घडत असल्यामुळे ती मनोमन सुखावते आणि अत्यंत निर्मळपणे तशी कबुलीसुद्धा देते.

सिंधूचा स्वभाव अत्यंत भावुक आहे. एखादा सामना हरल्यावर अगदी सहजपणे तिच्या डोळ्यांमधून घळाघळा पाणी वाहायला लागतं. गोपीचंद अशा वेळी तिला आधार देतो आणि हा सामना हरल्यामुळे जग बुडालेलं नसल्याची जाणीव करून देतो. काही काळानंतर सिंधू त्यातून बाहेर येते. तिचं रडणं थांबलं तरीसुद्धा प्रत्यक्षात या दुःखातून बाहेर यायला तिला थोडा वेळ लागतो. सिंधू स्वभावानं अशी असली तरी चित्रपट बघताना मात्र तिला रडू येत नाही. याच्याच जोडीला सिंधू डोक्यानं जरा तापट असली तरी राग आल्यावर ती तितक्याच वेगानं शांतसुद्धा होते. बऱ्याचदा अगदी मामुली किंवा हास्यास्पद कारणांमुळे सिंधू संतापते आणि नंतर तिलाच याचं हसू येतं. लहान असल्यापासूनच, एखादी गोष्ट हवी असली आणि ती मिळाली नाही की सिंधू एकदम भडकत असे. आता वाढत्या वयाबरोबर तिची समज वाढत असल्यामुळे अशा प्रसंगांचं प्रमाण अर्थातच कमी झालं आहे. एकूण ती हसतमुख असते. तिच्या काही खास आवडीनिवडी नसल्यामुळे किंवा कुणाला नावं ठेवत बसण्याचा तिचा स्वभाव नसल्यामुळे सगळ्यांना ती लगेचच आवडते. सगळ्यांशी मिळून-मिसळून वागण्याचा तिचा स्वभाव कुणाला भावणार नाही?

सिंधू अजूनतरी कुणाच्या प्रेमात पडलेली नाही. प्रेमात पडावं असं कुणी आपल्याला अद्याप भेटलेलं नसल्याचं आणि कुठल्या मुलानंसुद्धा आपल्यापाशी आपलं प्रेम व्यक्त न केल्याचं कारण ती देते. बहुधा

आपली मुलांना भीती वाटत असावी आणि आपण प्रत्यक्षात किती धमाल करतो याची त्यांना कल्पना नसावी, असं ती म्हणते. तसंच आपल्या वडिलांकडे बघून तर कुठल्याच मुलाची आपल्या जवळसुद्धा येण्याची हिंमत होत नसावी, असं सिंधू गमतीनं म्हणते. अर्थातच सातत्यानं बॅडमिंटनच्या प्रेमात बुडालेली असल्यामुळे सिंधूपाशी खऱ्या आयुष्यातल्या प्रेमासाठी अजून तरी वेळ नाही, हेच खरं!

लहानपणी सिंधूला अंधाराची खूप भीती वाटत असे. आता जगभर प्रवास केल्यामुळे आणि ठिकठिकाणचे चित्रविचित्र अनुभव गाठीशी असल्यामुळे सिंधूची ही भीती काही प्रमाणात कमी झाली असली तरी अजूनसुद्धा एखाद्या खोलीत सिंधू एकटी असेल आणि त्या खोलीत किंवा खोलीपाशी अंधार असेल तर तिच्या मनात भीती दाटायला सुरुवात होते. कुणीतरी बाहेरून येऊन आपल्यावर हल्ला करेल किंवा हल्ला करण्यासाठी आधीपासूनच खोलीत कुणीतरी लपून बसलेलं असेल, असं तिला वाटतं. अशा वेळी ती एक उशी नेहमी आपल्याजवळ 'हत्यार' म्हणून ठेवते! गंमत म्हणजे अशा सिंधूला भीतिदायक 'हॉरर' चित्रपट आवडतात. त्यानंतर तिला वाटणारी भीती लक्षात घेऊन तिचे आई-वडील तिला असे चित्रपट फारसे बघू देत नाहीत, हा भाग वेगळा!

सिंधूला 'टॅटू' काढून घ्यायला खूप आवडतं. अर्थातच बॅडमिंटनचं आंतरराष्ट्रीय पातळीवर प्रतिनिधित्व करताना आपली ही आवड अनेक जणांना खटकेल याची जाणीव असल्यामुळे सिंधूला टॅटू काढून घ्यावेसे वाटत असले तरी तसं करणं टाळते. सिंधूला बिर्याणी खायला खूप आवडतं; पण त्याचबरोबर तिला चायनीज आणि इटालियन खाद्य पदार्थही खूप आवडतात. निरनिराळे कपडे घालून नटणंथटणं तसंच मेकअप करणं, हेही तिच्या तारुण्यसुलभ स्वभावाला आवडतं. पावसात भिजणं आणि भाजलेलं गरमागरम कणीस खाणं, ही तिची अत्यंत आवडती कृती असते. अर्थातच, सिंधू पावसात गेलेली दिसली की, लगेचच तिला सर्दी-ताप होण्याच्या भीतीपोटी तिचे आई-वडील चिंताग्रस्त होतात आणि तिला फार वेळ पावसात भिजू देत नाहीत, अशी गोड तक्रार ती करते.

अशी आहे सिंधू— अगदी लोभस आणि सर्वसामान्यांच्या घरात असते तशीच एक साधी मुलगी...

■ पाच

बॅडमिंटनपटू सिंधू

गोपीचंदच्या प्रशिक्षण अकादमीत प्रवेश घेतल्याबरोबर सिंधूच्या खेळात विलक्षण सुधारणा झाली. ती अनेक स्पर्धा जिंकायला लागली. 'सर्व्हो' कंपनीतर्फे आयोजित करण्यात आलेल्या दहा वर्षांखालच्या वयोगटासाठीच्या दुहेरी स्पर्धेत तिनं विजेतेपद पटकावलं. तसंच 'अंबुजा सिमेंट्स'तर्फे आयोजित करण्यात आलेल्या राष्ट्रीय पातळीवरच्यास्पर्धेत ती एकेरीची विजेती ठरली. यानंतर तेरा वर्षांखालच्या वयोगटा-साठीच्या स्पर्धा तिनं

जिंकल्या. चौदा वर्षांखालच्या वयोगटातल्या मुलींसाठीच्या राष्ट्रीय पातळीवरच्या स्पर्धेत तिनं सुवर्णपदक पटकावलं.

सिंधूची देशांतर्गत स्पर्धांमधली कामगिरी एकदम उठावदार होत असल्यामुळे लवकरच तिला आंतरराष्ट्रीय पातळीवर खेळण्याची संधी मिळाली. यामधली पहिली मोठी स्पर्धा २००९ सालची कोलंबोमधली 'सब-ज्युनिअर आशियाई बॅडमिंटन स्पर्धा' होती. या स्पर्धेत प्रथमच सिंधूला आंतरराष्ट्रीय स्पर्धेचा अनुभव मिळाला. साहजिकच तिच्या मनावर याचं दडपणही होतं. नवं वातावरण असूनसुद्धा सिंधूनं प्रयत्नांची शिकस्त केली. अखेर तिला या स्पर्धेत कांस्यपदक मिळवता आलं. पुढच्या वर्षी ती इराणमधल्या स्पर्धेत सहभागी झाली. कोलंबो निदान भारताच्या अगदी जवळचं ठिकाण तरी आहे आणि तिथले चेहरे आपल्याला आपल्याशी मिळतेजुळतेही वाटतात; इराण मात्र सांस्कृतिकदृष्ट्या एकदमच वेगळा देश असल्यामुळे तिथं सिंधूला पूर्णतः अनोळखी परिस्थितीशी सामना करावा लागला. याचा आपल्या खेळावर परिणाम होऊ न देता तिनं रौप्यपदक मिळवण्यापर्यंत मजल मारली. याच वर्षी मेक्सिकोमध्ये जागतिक पातळीवरची कनिष्ठ वयोगटाची स्पर्धा झाली. श्रीलंका, त्यापाठोपाठ इराण आणि आता दक्षिण अमेरिकेमधलं मेक्सिको अशा तीन एकदम वेगळ्या ठिकाणी खेळण्याचा अनुभव सिंधूच्या गाठीशी जमा झाला. मेक्सिकोमधल्या स्पर्धेत सिंधूनं सुरुवातीला चांगली कामगिरी दर्शवली खरी; पण उपांत्यपूर्व फेरीतच तिला पराभवाचा सामना करावा लागला. अशा रीतीनं वयाच्या पंधराव्या वर्षापर्यंत सिंधूनं राष्ट्रीयच नव्हे, तर आंतरराष्ट्रीय पातळीवरसुद्धा खेळण्याचा अनुभव मिळवला. तिला या सगळ्या स्पर्धांमध्ये डोळे दिपवणारं यश मिळालं नसलं, तरी भविष्यातल्या कामगिरीसाठी लहान वयामधल्या या निरनिराळ्या स्पर्धांमध्ये खेळण्याचं महत्त्व नक्कीच आहे.

२०१२ हे वर्ष सिंधूच्या दृष्टीनं यशदायी ठरलं नाही; पण या वर्षीसुद्धा तिला पराभवांनी अनेक गोष्टी शिकवल्या. या वर्षाची सुरुवात तिच्यासाठी चांगली ठरली नाही. जून महिन्यात 'इंडोनेशिया ओपन स्पर्धेत जर्मनीच्या ज्युलिया शेन्कनं सिंधूचा २१-१४, २१-१४ असा पराभव केला. यानंतरच्या 'लाय निंग चायना मास्टर्स सुपर सीरीज' स्पर्धेत सिंधूचा मुकाबला अत्यंत मातब्बर समजल्या जाणाऱ्या लाय

झुरुईशी होता. २०१२ सालच्या लंडन ऑलिम्पिक स्पर्धेत सुवर्णपदक मिळवून झुरुईनं आपलं नाव जगभरात पसरवलं होतं. साहजिकच सिंधूचा ती अगदी सहजपणे फडशा पाडणार, असं सगळ्यांचं मत होतं. प्रत्यक्षात मात्र एकदम वेगळंच घडलं. उपांत्यपूर्व फेरीच्या या सामन्यात सिंधूनं झुरुईला २१-१९, ९-२१, २१-१६ अशा फरकानं पराभूत करून प्रचंड खळबळ माजवली. सिंधूच्या या विजयाची अनेक वैशिष्ट्यं होती.

एक तर पहिल्या गेममध्ये अत्यंत चुरशीची आणि अटीतटीची स्पर्धा होऊनसुद्धा जागतिक पातळीवर मातब्बर समजल्या जाणाऱ्या आपल्या या प्रतिस्पर्धी खेळाडूला सिंधूनं अगदी थोड्या फरकानं हरवलं. यामुळे हादरलेल्या आणि चिथावल्या गेलेल्या झुरुईनं दुसऱ्या गेममध्ये याचा पुरेपूर वचपा घेतला आणि सिंधूला २१-९ अशा गुण फरकानं जिंकून चांगलाच धक्का दिला. साहजिकच सिंधूवर प्रचंड दबाव आला. झुरुईसारखी खेळाडू पिछाडीवर असतानाही कशी मुसंडी मारू शकते आणि बरोबरी साधू शकते, याचं हे उत्तम उदाहरण होतं. स्वाभाविकपणे तिसऱ्या गेममध्येही झुरुई आपला आक्रमक पवित्रा दाखवणार आणि सिंधूला नमवणार, असं प्रेक्षकांना वाटत होतं. सिंधू मात्र विश्रांतीनंतर या सगळ्याचा दबाव न घेता, मोकळेपणानं खेळायचा निश्चय करून कोर्टवर उतरली. आपला नावलौकिक झुरुईच्या मानानं काहीच नसल्यामुळे आपण पराभूत झालो तर त्यात कुणाला धक्का बसण्यासारखं काहीच नाही, हे तिला माहीत होतं. विनाकारण दबावाखाली खेळण्याऐवजी आक्रमकपणे खेळायचं आणि निकालाची चिंता करायची नाही, असा तिचा साधा-सोपा विचार होता. सिंधूच्या या मनःस्थितीचा तिला फायदाच झाला. झुरुईनं दुसरा गेम जिंकूनसुद्धा तिच्यावर आपल्या आधीच्या कामगिरीला साजेशी कामगिरी करून दाखवण्याचा दबाव कायम राहिला. यामुळे तिच्या हातून चुका होत गेल्या. साहजिकच या तिसऱ्या गेममध्ये सिंधूनं तिच्यावर २१-१६ अशी मात केली आणि सगळ्यांना थक्क करून सोडलं! उपांत्य सामन्यात मात्र जागतिक क्रमवारीत चौथ्या मानांकित जियांग यांजिओ या चिनी खेळाडूनं सिंधूचा २१-१०, १४-२१, २१-१९ असा अगदी निसटता पराभव केला. या स्पर्धेनंतरच्या 'जपान ओपन स्पर्धे'त सिंधू खूप चमकदार

कामगिरी करून दाखवेल, अशी अनेक जणांना अपेक्षा होती; प्रत्यक्षात मात्र सिंधूनं सगळ्यांची पार निराशा केली. स्पर्धेच्या दुसऱ्याच फेरीत तिचा बि येऑन ज्यू या कोरियाच्या खेळाडूनं १०-२१, २१-१२, २१-१८ असा पराभव केला.

यानंतर ७७व्या 'राष्ट्रीय बॅडमिंटन स्पर्धे'त सहभागी होण्यासाठी सिंधू श्रीनगरला रवाना झाली. भारतामधल्या बहुतेक खेळाडूंपेक्षा सिंधूचा खेळ आता चांगला होत असल्यामुळे तिनं बऱ्यापैकी सहजपणे अंतिम सामन्यापर्यंत मजल मारली. तीच या स्पर्धेचं विजेतेपद पटकावणार असं वाटत होतं खरं; पण सायली गोखलेनं अंतिम सामन्यात सिंधूचा २१-१५, १५-२१, २१-१५ असा धक्कादायक पराभव केला. नंतर यामागचं कारण समजलं. गोखलेच्या सुंदर खेळाखेरीज चीनमधल्या स्पर्धेपासूनच जडलेली गुडघ्याची दुखापत सिंधूला भंडावून सोडत होती. चीनमधल्या स्पर्धेपाठोपाठ जपानमध्येही सिंधू तशीच खेळली. त्यानंतरही कुठले उपचार करून न घेता ती आता राष्ट्रीय स्पर्धेत खेळत होती. स्वाभाविकपणे या दुखापतीनं आता सिंधूला आपलं उग्र स्वरूप दाखवून दिलं.

२०१२ सालच्या डिसेंबर महिन्यात माजी भारतीय बॅडमिंटनपटू सय्यद मोदीच्या नावानं भरवल्या जाणाऱ्या लखनऊमधल्या आंतरराष्ट्रीय स्पर्धेत अगदी अंतिम सामन्यापर्यंत सिंधू एकही गेम न गमावता सहजपणे पोचली. साहजिकच ही स्पर्धा तरी ती नक्कीच जिंकेल, असं तिच्या चाहत्यांना वाटत होतं. पण पुन्हा घात झाला. अंतिम सामन्यात इंडोनेशियाच्या लिंडा वेनी फनेत्रीनं सिंधूला २१-१५, १८-२१, २१-१८ असं हरवलं. तरीसुद्धा सिंधूचं मानांकन आता तिच्या कारकिर्दीमधल्या सर्वोच्च म्हणजे पाचव्या स्थानावर जाऊन पोचलं.

याच्या पुढच्या म्हणजे २०१३ सालाची सुरुवात मात्र सिंधूसाठी चांगली झाली. अनेक स्पर्धांमध्ये अंतिम सामन्यापर्यंत किंवा त्याच्या जवळपास धडक मारून अखेर पराभवाचा सामना कराव्या लागणाऱ्या सिंधूनं सिंगापूरच्या युवान गू हिला २१-१७, १७-२१, २१-१९ अशी धूळ चारून "मलेशियन ओपन स्पर्धा' जिंकली. यानंतरची महत्त्वाची स्पर्धा ऑगस्ट महिन्यात होती, 'बॅडमिंटन वर्ल्ड चॅम्पियनशिप'. या स्पर्धेच्या उपांत्यपूर्व फेरीच्या सामन्यात सिंधूचा मुकाबला गतविजेती

आणि दुसऱ्या मानांकनाच्या वँग यिहानशी होता. चीनची ही खेळाडू खूपच आक्रमकरीत्या खेळते. त्या क्षणी दहावं मानांकन असलेल्या सिंधूनं ५४ मिनिटं चाललेल्या सामन्यात २१-१८, २३-२१ असा विजय मिळवून सनसनाटी निर्माण केली. त्याच्या पुढच्या म्हणजे उपांत्य सामन्यात सिंधूनं चीनच्याच सातव्या मानांकित वँग शिक्झियानवर २१-१८, २१-१७ असा विजय मिळवून या स्पर्धेमध्ये पदक मिळवणारी पहिली महिला भारतीय खेळाडू ठरण्याचा अभिमानास्पद विक्रम नोंदवला. याच वर्षाअखेर सिंधूनं 'मकाऊ ओपन स्पर्धा'ही जिंकली. तिच्या सातत्यपूर्ण कामगिरीचा गौरव देशानं 'अर्जुन पुरस्कार' देऊन केला.

२०१४ मध्ये ग्लासगोमधल्या 'कॉमनवेल्थ स्पर्धे'च्या उपांत्य सामन्यात सिंधूचा पराभव झाला खरा; पण त्यानंतर 'वर्ल्ड बॅडमिंटन स्पर्धे'चं सलग दुसऱ्यांदा विजेतेपद पटकावून सिंधूनं इतिहास घडवला. २०१५ मध्ये 'डेन्मार्क ओपन स्पर्धे'त सिंधूनं उपविजेतेपद मिळवलं. त्यानंतर 'मकाऊ ओपन स्पर्धे'चं सलग तिसरं विजेतेपद तिनं पटकावलं.

एकूणच भारतामधल्या बॅडमिंटनपटू अनेक आंतरराष्ट्रीय स्पर्धा वर्षभर खेळतात. त्यांचं वेळापत्रक आधीच ठरलेलं असतं. ते असं असतं :

- जानेवारी : 'मलेशिया सुपर सीरीज' आणि 'कोरिया प्रीमियम सुपर सीरीज'
- फेब्रुवारी : 'उबेर कप' आणि 'सुदिर्मन कप स्पर्धा'
- मार्च : 'ऑल इंग्लंड बॅडमिंटन चॅम्पियनशिप', 'स्वीस गोल्ड ग्रां प्री स्पर्धा'
- जून : 'इंडोनेशिया सुपर सीरीज', 'सिंगापूर सुपर सीरीज' आणि 'थायलंड ग्रां प्री'
- ऑगस्ट : 'डेन्मार्क सुपर सीरीज' आणि 'फ्रान्स सुपर सीरीज'
- सप्टेंबर : 'चिनी तैपी' आणि जपान इथली सुपर सीरीज स्पर्धा
- ऑक्टोबर : 'चायनीज सुपर सीरीज स्पर्धा'
- नोव्हेंबर : 'हाँगकाँग सुपर सीरीज' तसंच 'मास्टर्स सुपर सीरीज स्पर्धा'

अर्थातच या स्पर्धांमध्ये खेळण्यासाठीची पात्रता गाठण्यासाठी खेळाडूंची निवड होणं गरजेचं असतं. त्यासाठी खेळाडूंचं मानांकन विचारात घेतलं जातं. भारताची 'बॅडमिंटन असोसिएशन ऑफ इंडिया' (बीएआय) खेळाडूंचं नाव सुचवते आणि त्याबरोबर नियमांनुसार २५० डॉलर्सची फी भरते. कुठल्या स्पर्धांमध्ये कोणते खेळाडू खेळणार यासंबंधीचा निर्णयसुद्धा बीएआयच घेते. दुखापतीमुळे किंवा इतर कुठल्याही कारणांमुळे खेळाडू एखाद्या स्पर्धेत सहभागी होणार नसेल तर संबंधित खेळाडूला त्यासंबंधीची माहिती बीएआयला वेळेत द्यावी लागते.

सर्वसाधारणपणे सिंधूचा आणि इतर बहुसंख्य भारतीय खेळाडूंचा आहार अशा प्रकारचा असतो :

- सकाळी उठल्यावर एक पेलाभर दूध. नाश्त्याच्या वेळी अंड्यांमधला पांढरा भाग तसंच ब्राउन ब्रेड. तसंच सकाळच्या सरावापूर्वी आणि सरावानंतर प्रोटीन शेक
- दुपारच्या जेवणात मोजून दोन पोळ्या आणि त्याबरोबर वरण, भाजी, उकडलेलं चिकन आणि लस्सी किंवा फळांचा रस
- दुपारच्या सरावाआधी आणि सरावानंतर परत एकदा प्रोटीन शेक
- रात्रीचं जेवण हे दुपारच्या जेवणासारखंच असतं; त्यात दोनऐवजी एकच पोळी खाणं, एवढाच काय तो फरक असतो.

आहाराच्या मुद्द्यावरून गोपीचंदच्या अकादमीमध्ये आल्यानंतर अनेक खेळाडूंना आणि त्यांच्या कुटुंबीयांना आश्चर्याचा धक्का बसतो. भारतामध्ये अनेक कुटुंबांमध्ये धार्मिक तसंच पारंपरिक कारणांमुळे मांसाहार करण्याकडे म्हणजे 'नॉनव्हेज' अन्न खाण्याकडे चित्रविचित्र नजरेनं बघितलं जातं. गोपीचंदचं मात्र या बाबतीत एकदम स्पष्ट मत आहे. मांसाहारातून मिळणारे अन्नघटक खेळाडूंच्या दृष्टीनं खूप महत्त्वाचे असतात आणि ज्या खेळाडूला जागतिक पातळीपर्यंत पोचायचं असेल त्यानं मांसाहार करायला शिकलंच पाहिजे, असं तो म्हणतो. सायना नेहवाल, आर.एम.व्ही गुरुसाईदत्त, पी. काश्यप आणि साई प्रणिथ अशांसारख्या आता यशस्वी ठरलेल्या खेळाडूंनी गोपीचंदच्या अकादमीत पाऊल ठेवण्याआधी कधीच मांसाहार केला नव्हता. त्यांच्या कुटुंबीयांनाही मांसाहार करणं मान्य

नव्हतं. गोपीचंदनं मात्र खेळाडूंना प्रशिक्षण आणि सराव यांच्या जोडीला आहारविहाराचीही बंधनं घातली. काय खायचं आणि काय खाणं बंद करायचं याविषयी गोपीचंद खूप आग्रही असतो. खेळाडूंचा आहार एकदा ठरवून दिला की, त्यात त्याच्या परवानगीशिवाय बदल करता येत नाहीत. इतकंच नव्हे, तर जाणूनबुजून किंवा कुणाच्या बेफिकिरीमुळे खेळाडू चुकीचं काही खात तर नाहीत ना, याची तो स्वतः पूर्वकल्पना न देता, मधूनच तपासणीही करतो.

भारतीय खेळाडूंना बॅडमिंटनमध्ये म्हणावं तसं यश मिळत नसताना चिनी खेळाडू मात्र सातत्यानं प्रचंड यश कसं काय मिळवतात, या प्रश्नाचा शोध घेताना त्यांच्या प्रशिक्षणामध्ये, सरावामध्ये आणि आहारामध्ये याचं रहस्य दडलेलं आहे, असं गोपीचंदच्या लक्षात आलं. म्हणूनच त्यानं चिनी खेळाडूंच्या आणि प्रशिक्षकांच्या तयारीचा आणि दिनचर्येचा सविस्तर अभ्यास केला. त्यामधला एक महत्त्वाचा मुद्दा मांसाहाराचा होता. मांसाहार न करणाऱ्या खेळाडूंना पुरेशी प्रथिनं मिळत नाहीत आणि त्यांची लवकर दमछाक होते, हे गोपीचंदच्या लक्षात आलं. यामुळे त्यानं आपल्याकडे प्रशिक्षण घेणाऱ्या प्रत्येक खेळाडूनं मांसाहार केलाच पाहिजे, असं फर्मान जारी केलं. यामुळे त्याचे काही खेळाडू आणि त्यांचे कुटुंबीय पार अवाकच झाले, पण प्रत्येक खेळाडूनं किमान चिकन तरी खाल्लंच पाहिजे, अशी सक्ती केली.

गोपीचंदच्या या निर्णयामुळे थक्क झालेले खेळाडू आणि त्यांचे कुटुंबीय हळूहळू चिकन खायला तयार व्हायला लागले. कारण गोपीचंदनं अत्यंत संयमितपणे आपली यामागची भूमिका त्यांच्यासमोर मांडली. सायना नेहवालला हे पटायला बराच काळ गेला; पण शेवटी तिनंही गोपीचंदचं म्हणणं मान्य केलं. तिनं मांसाहार करायला सुरुवात केल्याबरोबर त्याचे चांगले परिणाम दिसायला लागले. चिकनमधून आपल्याला चांगली प्रथिनं तर मिळतातच; याखेरीज वजन नियंत्रित करणं, तसंच आवश्यक जीवनसत्त्वं आणि क्षार यांचा शरीराला पुरवठा होणं, हेसुद्धा चिकनच्या आहारातून शक्य होतं, असं गोपीचंदचे सहायक म्हणतात. काही जणांना बीफ खायला आवडतं. त्यातून आपली ऊर्जा टिकवून ठेवण्यासाठी आवश्यक असलेल्या लोहाचा साठा मिळतो, असं ते सांगतात. तसंच 'खूप सराव आणि व्यायाम केल्यानंतर शरीराची

होणारी झीज भरून काढण्याचं काम यामुळे शक्य होतं... काही खेळाडूंना सुरुवातीला हे सगळं खूप समजावून सांगावं लागलं; पण तरीसुद्धा ते अगदी नाइलाजानं चिकन खायला तयार झाले... त्यानंतर मात्र त्यांनाच ते आवडायला लागलं...' असं हे सहायक म्हणतात. तसंच सायना आणि सिंधू यांसारख्या खेळाडूंना जागतिक पातळीवर मिळत असलेल्या यशापुढे अशा गोष्टी किंवा असे त्याग फारच मामुली आहेत, असं त्यांच्या कुटुंबीयांनाही वाटत असल्यामुळे हा महत्त्वाचा प्रश्न आता सुटला आहे.

■

सहा

रिओसाठी तयारी

आपला एक पाय फ्रॅक्चर झाला तर आपण काय करू? अर्थातच आपण शक्यतो झोपून राहू किंवा फार फार तर कुबड्या घेऊन जुजबी कामं करून शक्य तितका आराम करू. २०१६ सालची ऑलिम्पिक स्पर्धा जुलै-ऑगस्ट महिन्यात असणार हे साधारण वर्षभराआधी माहीत असताना सिंधूचा एक पाय फ्रॅक्चर झाला. ऑलिम्पिकला अजून एक वर्षाचा काळ असला तरी जागतिक पातळीवर चांगली कामगिरी करायची असेल, तर अक्षरशः प्रत्येक दिवसाचं महत्त्व

तिला जाणवत होतं. अशा परिस्थितीत एक पाय प्लास्टरमध्ये असल्यामुळे सराव कसा करायचा हा यक्षप्रश्न तिच्यासमोर उभा राहिला. सराव तर करता येणारच नाही; पण याखेरीज पुरेशी शारीरिक हालचाल न झाल्यास आपलं वजनसुद्धा वाढेल, अशी दुसरी भीती तिला सतावत होती. आपण मोठ्या कष्टांनी कमावलेलं चापल्य, आपला दमश्वास या सगळ्यांचं काय होणार, हे विचार तर सतत येत होतेच. आपल्या कारकिर्दीमधली सुवर्णसंधी आपण यामुळे गमावणार, अशी निराशाजनक भावना तिला आतून खात होती.

सिंधूची अशी अवस्था असली तरी तिनं नुसतं झोपून किंवा बसून राहण्याची गरज नाही, असा अत्यंत महत्त्वाचा निर्णय या प्रसंगी तिची शारीरिक तंदुरुस्ती राखण्यासाठी मदत करणाऱ्या सी. किरण या तज्ज्ञानं घेतला. सिंधूचा फिजिओ म्हणून तो काही काळापासून काम करत होता. गोपीचंदलाही सिंधूच्या पायाची काळजी लागून राहिली होती. पायाची काळजी घेऊनही सिंधूचं इतर शरीर तंदुरुस्त राखण्यासाठी आपण नक्कीच काहीतरी करू शकतो, असा विश्वास किरणच्या मनात होता. दोन-तीन आठवडे सिंधूनं घरी बसून वाया घालवणं आपल्याला परवडण्यासारखं नसल्याची स्वतः सिंधूखेरीज गोपीचंद आणि किरण यांना पूर्ण कल्पना होती. म्हणून मग सिंधूचा दुसरा पाय, तिच्या शरीराचा वरचा भाग आणि तिच्या पोटाचे स्नायू यांवर लक्ष केंद्रित करण्याचा निर्णय किरणनं घेतला. एक पाय प्लास्टरमध्ये असतानासुद्धा सिंधूचा व्यायाम सुरूच राहिला. अशा प्रकारे सुमारे अडीच ते तीन महिने हा पाय वगळता सिंधूचे इतर शरीरासंबंधीचे व्यायाम सुरू राहिले. फ्रॅक्चर झालेला पाय बरा झाल्यानंतर सिंधूला काही काळ आपली ताकद आणि आपला दमश्वास पूर्ववत करण्यासाठी जरा जास्त व्यायाम करावा लागला खरा; पण तिच्या शरीराचे इतर भाग अगदी तंदुरुस्त होते. तिचं वजनही नियंत्रणात होतं. तिच्या पायावरचं प्लास्टर निघाल्यावर जणू काही घडलंच नव्हतं अशा प्रकारे तिचा सराव पुन्हा सुरू झाला! यासाठीचं सगळं श्रेय स्वतः सिंधू, किरण आणि गोपीचंद यांना जातं.

२०१६ सालच्या रिओ ऑलिम्पिक स्पर्धेत सिंधू जवळपास एकापाठोपाठ एक असे सहा सामने खेळली. यांपैकी पाच सामने तर अत्यंत तुल्यबळ

प्रतिस्पर्ध्यांशी होते. म्हणजेच प्रत्येक सामन्यात सिंधूचा पुरता कस लागायचा. तिची कल्पनेपलीकडे दमछाक व्हायची. अशा प्रकारे विलक्षण शारीरिक आणि मानसिक दमछाक होत असूनही अंतिम सामन्याच्या वेळी सिंधू एकदम तयारीत होती. अर्थातच, किरणनं अत्यंत बारकाईनं सिंधूच्या शरीराची घेतलेली काळजी बऱ्याच अंशी याला कारणीभूत ठरली. याच्या जोडीला सिंधू स्वतः आपल्या शारीरिक तंदुरुस्तीवर प्रचंड मेहनत घेत असल्याचा आणि आपल्याला पूर्ण सहकार्य करत असल्याचा फायदा होतो, असं किरणनं 'इंडियन एक्स्प्रेस' वर्तमानपत्राच्या शिवानी नाईक यांना दिलेल्या मुलाखतीत सांगितलं. २१ ऑगस्ट २०१६च्या अंकात ही मुलाखत प्रसिद्ध झाली. सिंधूची पचनशक्ती आणि अन्नावर चयापचय क्रिया करण्याची क्षमताही उत्तम आहे. म्हणजेच तिला खाल्लेलं अन्न चांगलं मानवतं आणि त्यामधले घटक तिचं शरीर योग्य रीतीनं वापरतं.

एकंदर फक्त १५ मिनिटांच्या दोन छोट्या विश्रामकाळांमध्येच थोडा आहार घेण्याची चैन करणारी सिंधू तब्बल सलग सात तास सराव करते. साहजिकच एक तासभर चालणारा अत्यंत अवघड आणि दमछाक करणारा सामना ती सहजपणे खेळू शकते. यामागे तिनं आठवडेच्या आठवडे केलेला सराव असतो. जवळपास सलग सात तास सराव आणि व्यायाम करणं, ही किती अवघड गोष्ट आहे याची आपल्याला कल्पना येऊ शकते. हे सगळं सकाळी चार-साडेचार वाजता सुरू होतं. म्हणजेच पहाटे उठून आवरून सरावाला आलेली सिंधू दुपारचा सूर्य डोक्यावर आला तरी सरावच करत असते! पहाटे चार ते सात, सव्वासात ते साडेनऊ आणि पावणेदहा ते साडेअकरा असा सिंधूचा बहुतेक दिवशी सराव चालतो. अत्यंत काटेकोरपणे हे वेळापत्रक पाळण्यावर सिंधू, गोपीचंद, किरण आणि इतर जण यांचा कटाक्ष असतो. आपोआपच झोपण्याची आणि उठण्याची वेळ या गोष्टीसुद्धा अत्यंत बिनचूकपणे पाळल्या जातात.

सिंधूला अशा प्रकारे सराव करण्यात फारशा अडचणी आल्या नाहीत. ती अत्यंत एकाग्रपणे आपलं काम करणारी आणि कमालीची चिकाटी असलेली तरुणी आहे. साहजिकच तिनं काही जणांना एक दिवससुद्धा जमणार नाही असं वेळापत्रक कित्येक महिने सांभाळलं.

सिंधूला हे करण्यासाठी तयार करण्यात गोपीचंद किंवा किरण यांना फार अडचणी आल्या नाहीत; पण तिचा फोन काढून घेणं मात्र त्यांना सहजपणे जमलं नाही. सिंधूला आपला स्मार्टफोन अत्यंत प्रिय आहे. सगळ्या तरुण-तरुणींप्रमाणेच ती त्यात तास न् तास घालवू शकते. किरणनं या संदर्भात केलेलं विधान अत्यंत महत्त्वाचं आहे. सिंधूनं समजा दिवसातली काही मिनिटं हा फोन वापरला असता तरी एक वेळ समजू शकलं असतं; पण त्यानंतर अनेकदा या काही मिनिटांमधल्या आठवणी येत राहतात आणि पुन्हा आपण फोनकडे ओढले जातो, हे त्याला माहीत होतं. साहजिकच फोनचं एक प्रकारचं व्यसनच अनेक तरुण-तरुणींना लागत असल्याचं किरणनं ओळखलं. म्हणूनच सिंधूला त्याचा अजिबातच त्रास होता कामा नये यासाठी तिनं फोनपासून पूर्णपणे दूर राहणं, हाच एकमेव मार्ग असल्याचं त्यानं आणि गोपीचंदनं ठरवलं. त्यांचा हा निर्णय अत्यंत योग्य ठरला.

याखेरीज सिंधूमधली आणखी दोन वैशिष्ट्यं किरणनं ओळखली. पहिलं वैशिष्ट्य म्हणजे कुठलाही अटीतटीचा सामना खेळल्यानंतर सिंधू अत्यंत उत्तेजित होते. तिला या सामन्यामधल्या थरारातून किंवा त्या भावनेतून बाहेर पडणं सहजपणे शक्य होत नाही. याचा दुष्परिणाम तिच्या तयारीवर, सरावावर आणि पुढच्या सामन्यावर नक्कीच होऊ शकतो. हे ओळखून किरणनं सिंधूला प्रत्येक सामन्यानंतर पुन्हा शांत करण्याच्या दृष्टीनं आणि तिच्या मनामध्ये उसळत असलेल्या भावना शांत करण्याच्या दृष्टीनं खूप मदत केली. मन शांत आणि स्थिर असेल तरच सिंधूला पुढच्या सामन्याची उत्तम तयारी करता येईल, हे किरणनं तिला पटवून दिलं. सिंधूनं हळूहळू आपल्या स्वभावात यासाठी योग्य असे बदल केले. त्यांचा परिणाम जाणवायला लागल्यावर ती खूश झाली.

दुसरं वैशिष्ट्य म्हणजे सिंधूला कमी वेळ चालणारा आणि पुरता दमवून टाकणारा सराव सोपा वाटतो आणि ती असा सराव अगदी सहजपणे करते. पण अनेकदा तिचा सराव असा नसतो, तर वेगळ्या प्रकारचा असतो. या वेगळ्या प्रकारच्या सरावामध्ये कमी शारीरिक कष्टांचे व्यायाम किंवा तसा सराव दीर्घ काळ करायचा असतो. हे करताना सिंधू बरेचदा कंटाळून जात असे. तिला त्यात फारसं आव्हानात्मक

असं काही वाटत नसे. परत एकदा किरणनं यामागचं महत्त्व तिला पटवून दिल्याबरोबर सिंधूनं पूर्ण प्रयत्नांनिशी अशा प्रकारचा सरावही सुरू केला. याचेही परिणाम तिच्या यशाच्या रूपानं दिसायला लागले.

आपण जेव्हा वेगानं चालतो किंवा धावतो तेव्हा आपल्या हृदयाचे ठोके वेगानं पडायला लागतात, हे आपल्याला माहीत असेलच. सर्वसाधारणपणे हे ठोके दर मिनिटाला ६० ते ८०च्या घरात असतात; व्यायाम करताना ते ९० ते १००च्या पुढे जातात. हाताच्या नाडीच्या वेगावरूनही आपल्याला हे समजतं. सिंधूला व्यायाम करायला इतकं आवडतं की, ती हे ठोके तब्बल १८० ते १९० इतक्या पातळीवर जाऊनसुद्धा तास न् तास व्यायाम करायला ती तयार असते. एका अर्थानं तिची शारीरिक क्षमता आणि तंदुरुस्ती प्रचंड असल्याचं हे प्रतीक आहे; पण त्याचबरोबर एका पातळीनंतर हे धोकादायकसुद्धा ठरू शकतं. किरणसारख्या निष्णात क्रीडावैद्यकाला हे माहीत असल्यामुळे त्यानं लगेचच सिंधूला आपल्या उत्साहावर नियंत्रण आणायला सांगितलं. तिच्या हृदयाची गती मिनिटाला १२० ते १३० राहील याची काळजी त्यानं घेतली. हृदयाचे ठोके या पातळीत असताना केलेला व्यायाम सिंधूच्या दृष्टीनं पुरेसा आणि पोषक असल्याचं किरणचं मत आहे. सलग दीड-दोन तास अशा प्रकारची दमछाक करणारा व्यायाम सिंधूची शारीरिक क्षमता अधिकाधिक वाढवतो.

किरणनं सिंधूच्या बाबतीत सगळ्यात जास्त मेहनत तिची चपळता वाढवण्यासंबंधी घेतली. म्हणजेच कोर्टवर तिचे पाय विद्युत्वेगानं चालले पाहिजेत, असं उद्दिष्ट त्यानं नजरेसमोर ठेवलं. जेव्हा प्रतिस्पर्धी खेळाडू आपल्याकडे शटल मारतो तेव्हा ते कसं येईल हे सांगता येत नाही. जमिनीपासून ते किती अंतरावर असेल आणि ते हवेतून कुठल्या दिशेनं कसं फिरत येईल, हे सगळं ऐन वेळी ठरतं. त्याचा अंदाज घेऊन शटल यशस्वीपणे पुन्हा प्रतिस्पर्ध्याकडे परतवायचं तर त्यासाठी अक्षरशः चित्त्यासारख्या हालचाली कराव्या लागतात. प्रतिस्पर्ध्याचे फटके परतवतानाच खेळाडू एका सामन्यात तब्बल तीनशे वेळा उठाबश्या काढतो असं म्हणतात. इतक्या उठाबश्या काढायच्या असतील तर याचाच अर्थ त्या-खेळाडूची शारीरिक तंदुरुस्ती अगदी सर्वोच्च पातळीचीच असायला पाहिजे. त्यातच सिंधूची उंची खूप जास्त म्हणजे पाच फूट अकरा इंच

असल्यामुळे वाकून म्हणजेच उठाबश्या काढून ती पार थकून जाते. कारण तिच्या गुडघ्यांवर आणि पाठीवर तिच्या उंचीमुळे खूप जास्त ताण येतो. म्हणूनच किरणनं तिच्याकडून उठाबश्या करण्याचा सराव सातत्यानं करून घेतला.

सिंधूनं अलीकडेच आत्मसात केलेला अत्यंत अवघड फटका 'जंप स्मॅश'चा आहे. हवेत असताना म्हणजेच जमिनीपासून सुमारे दोन फूट हवेत उडी मारून प्रतिस्पर्ध्याच्या दिशेनं शटल मारण्याचा हा प्रयत्न असतो. आधीच, आपल्याकडे आलेलं शटल नक्की कसं येणार याचा अंदाज एका सेकंदाचा काही भाग एवढ्याच वेळात घ्यायचा आणि त्यानंतर असा फटका मारून प्रतिस्पर्ध्याकडे शटल परतवायचं, हा किती अवघड प्रकार असेल! सिंधूनं खूप सराव करून या फटक्यावर बऱ्यापैकी नियंत्रण मिळवलं आहे. बघायला अत्यंत सुंदर वाटत असलेला हा फटका ती मारते खरी; पण त्यासाठी तिनं प्रयत्नांची पराकाष्ठा केलेली असते, हे आपल्या सहजपणे लक्षात येत नाही. हे प्रकरण इथंच थांबत नाही. सिंधूनं हा फटका मारण्यासाठी नेमकी किती उंच उडी मारायची यासंबंधी बरंच काथ्याकूट झालं. गोपीचंद, किरण, सिंधू आणि इतर काही सहकारी यांनी बऱ्याच अभ्यासानंतर दोन फुटांचा आकडा नक्की केला. यामागे भौतिकशास्त्राचे नियमसुद्धा आहेत. कारण असा फटका मारताना गुरुत्वाकर्षणाचा केंद्रबिंदू नक्की कुठे असेल, याचा अंदाज बांधावा लागतो! त्यानुसार या फटक्याचे गुणधर्म बदलतात; तसंच त्याचा प्रभावही कमी-जास्त होतो. खूप चाचण्या घेतल्यानंतर आणि सिंधूच्या उंचीचा विचार केल्यानंतर जमिनीपासून दोन फूट उंचीपर्यंत सिंधूनं उडी मारणं सगळ्यात प्रभावी ठरेल, असा निष्कर्ष काढण्यात आला. इतर पर्यायांमध्ये फटक्यामधली ताकद पुरेशी वाटत नव्हती.

रिओ ऑलिम्पिक स्पर्धेत उपविजेतेपद पटकावलेली सिंधू अजूनही परिपूर्ण खेळाडू नसल्याचं किरणचं मत आहे. ती आपल्या खेळात आणखी सुधारणा करू शकते आणि खूप यश मिळवू शकते, असं तो मानतो. इतकंच नव्हे, तर सिंधूमध्ये अजून किती सुधारणा होऊ शकते यासाठी त्याच्याकडे चक्क मोजमापही आहे! सिंधू अजून २० टक्के प्रगती साधू शकते, असं किरण म्हणतो. म्हणजेच सिंधूच्या खेळात

आणखी थक्क करून सोडणारं चापल्य, झळाळतं कौशल्य आणि तिच्या शारीरिक क्षमतेत अजून वाढ, या सगळ्या गोष्टी दिसून येऊ शकतात. याखेरीज आधी उल्लेख केल्याप्रमाणे एखादा अवघड आणि अटीतटीचा सामना खेळल्यानंतर त्यातून मानसिकदृष्ट्या किती पटकन सिंधू बाहेर पडू शकते, यावरही तिचं भविष्यातलं यश अवलंबून असल्याचं किरणचं मत आहे. कारण जवळपास तास-दीड तास शारीरिक आणि मानसिक कष्टांची पराकाष्ठा केल्यानंतर सिंधू सामना जिंकली तर पुढचे सात-आठ तास ती मानसिकदृष्ट्या विजयाच्या धुंदीत असते. याउलट, इतकं झुंजून पराभव पदरी पडला तर तिला त्या निराशेतून बाहेर येण्यासाठीसुद्धा बराच काळ प्रयत्न करावा लागतो. हा काळ जितका कमी होईल तितकी सिंधूची मानसिकता आणखी कणखर होत जाईल आणि याचा परिणाम तिच्या शारीरिक क्षमतेवरसुद्धा निश्चितपणे होईल, असं किरण म्हणतो. कदाचित सिंधूचं वय खूप कमी असल्यामुळे तिच्याकडून आणखी परिपक्वतेची अपेक्षा करणंच मुळात चुकीचं असावं. कारण इतक्या लहान वयात तिनं दाखवलेली परिपक्वता थक्क करून सोडणारी आहे. तरीसुद्धा इतर देशांचे खेळाडू बघितल्यावर सिंधूलाही हे शिकून घेणं आणि अमलात आणणं भाग आहे, असं म्हणावंसं वाटतं. याचं वर्णन किरण, 'सामना संपला की स्टेडियममधून बाहेर पडायचं आणि काय घडलं हे विसरून जायचं' अशा मजेशीर शब्दांमध्ये करतो. यासाठी किरणनं खास प्रयत्न सुरू केले. सामना झाल्यानंतरच्या संध्याकाळी फक्त एक तास त्या सामन्याविषयी विचार करायचा आणि बोलायचं असं वेळापत्रकच त्यानं सिंधूला घालून दिलं. जेणेकरून सिंधूला घडलेल्या घटनांविषयी मोकळेपणानं बोलता येईल, इतरांची मतं जाणून घेता येतील, पुढच्या सामन्यासाठी काय केलं पाहिजे यावर बोलता येईल. तसंच त्यामुळे तिचं मनही मोकळं होईल. सामन्याविषयी अजिबातच बोलणं झालं नाही तर कदाचित तिच्या मनात हे सगळं साठून राहील आणि याचा तिच्यावरच दुष्परिणाम होईल. शारीरिक तंदुरुस्तीविषयी बोलणाऱ्या किरणला सिंधूच्या मानसिकतेचीही खूप काळजी असल्यामुळे त्यानं चाणाक्षपणे सिंधूसमोर हा पर्याय ठेवला. त्याचा चांगला परिणाम दिसून आला. घडून गेलेल्या गोष्टींविषयी अतिआनंद किंवा अतिदुःख अशा टोकाच्या कुठल्याच मनःस्थितीत न

जाता, बऱ्यापैकी तटस्थपणे सगळ्याचं विश्लेषण करणं, त्यातून काही ठोस निष्कर्ष काढणं आणि त्यातून बाहेर पडणं अशी प्रक्रिया त्यातून सुरू झाली. रिओ ऑलिम्पिक्स स्पर्धेतसुद्धा याचे फायदे लगेचच दिसून आले. पूर्वी एखाद्या अवघड लढतीनंतर विजय मिळाला की, सिंधू त्यानंतर तास न् तास त्या सामन्याच्या आठवणींमध्ये बुडून जायची. साहजिकच पुढच्या सामन्यासाठीच्या सरावासाठी आवश्यक असलेली एकाग्रता कधीकधी तिला साध्य होत नसे. तसंच खूप विचार करत बसल्यामुळे आपण सध्या करत असलेल्या गोष्टीकडे तिचं पूर्ण लक्ष नसायचं. आता मात्र तिनं किरणच्या सल्ल्यामधला मथितार्थ नीटपणे जाणून घेऊन त्यानुसार डावपेच आखायला सुरुवात केल्याचे फायदे तिला स्वतःला जाणवतात.

■

■ सात

रिओ!

रिओ ऑलिम्पिकच्या उपांत्य सामन्यात सिंधूचा मुकाबला नोझोमी ओकुहाराशी होता. ओकुहारा ही फार आक्रमकपणे खेळण्यावर भर देत नाही; उलट तिचा बचाव भरभक्कम आहे. आपल्या प्रतिस्पर्धी खेळाडूला ती शक्य तितका वेळ खेळवत राहते. लांबलचक रॅलीज करून म्हणजे सगळे पॉइंट्स शक्य तितका वेळ खेळून ती प्रतिस्पर्ध्याला दमवून सोडते. साहजिकच त्यामुळे बचावात्मक खेळ ओकुहारासमोर टिकून राहत नाही. ओकुहाराला हरवायचं असेल

तर आक्रमण हाच सर्वोत्तम उपाय असतो. अर्थात आक्रमण करायचं म्हटलं की, चुका होणार आणि त्या भोवणार, हेही उघडच आहे. ओकुहारा आपल्या प्रतिस्पर्ध्याला अशा प्रकारच्या चुका करायलाच भाग पाडते. हळूहळू प्रतिस्पर्ध्याची सहनशक्ती संपत जाते आणि ओकुहारा सामना जिंकते. यामुळे ओकुहाराचा पराभव करायचा असेल तर तिला कुठलाही पॉइंट जास्त ताणू देण्याची संधी न देता, तो जिंकण्याची जराशीही संधी मिळाली तर तिचा पुरेपूर फायदा उठवणं सिंधूला भाग होतं. खेळ लांबला की ओकुहाराची सरशी होत जाणार, हे जवळपास निश्चित होतं.

या सामन्याआधी ओकुहारा आणि सिंधू यांचा तीन वेळा सामना झाला होता. या तिन्ही लढतींमध्ये ओकुहारानं सिंधूवर मात केली होती. ओकुहाराच्या या हॅटट्रिकनंतर सिंधूवर तिला हरवण्याची अवघड कामगिरी करून दाखवण्याची जबाबदारी होती. म्हणजेच सिंधूवरचा दबाव खूप जास्त होता. तसंच सिंधूचं जागतिक पातळीवरचं मानांकन दहावं तर ओकुहाराचं मानांकन सहावं होतं. म्हणजेच उपांत्य फेरीतल्या सामन्यापर्यंत निर्विवादपणे आकडेवारीच्या जोरावरसुद्धा ओकुहाराच जास्त सरस खेळाडू असल्याचं स्पष्ट होत होतं.

रिओ ऑलिम्पिकच्या उपांत्य सामन्यात मात्र सिंधू एकदम तयारीत होती. ओकुहाराची शक्तिस्थानं ओळखून सिंधूनं तिला त्यांचा फायदा उठवू देण्याची संधीच दिली नाही. ओकुहारावर आक्रमण करून सिंधूनं तिला बेजार करून सोडलं. सिंधूकडून अधूनमधून होत असलेल्या चुका हीच ओकुहारासाठी पॉइंट्स जिंकण्याची संधी ठरली. सिंधूच्या सहनशक्तीची परीक्षा घेऊन तिला पराभूत करण्यासाठीची सवडच ओकुहाराला मिळाली नाही. अगदी अपेक्षेप्रमाणेच जेव्हा दीर्घ काळ चालणाऱ्या रॅलीज व्हायच्या, तेव्हाच ओकुहारा पॉइंट्स जिंकत होती; पण शक्यतो अशी वेळच येऊ नये यासाठी सिंधू प्रयत्नशील होती. अधूनमधून सिंधू एकदम दबावाखाली असल्यासारखंही वाटत होतं. अशा वेळी तिच्या हातून चुका होत होत्या. कोर्टबाहेरून गोपीचंद सातत्यानं सिंधूला प्रोत्साहित करत होता. त्यानंतर परत एकदा सिंधू आत्मविश्वासानं खेळत असल्याचं स्पष्टपणे दिसत होतं. दुसऱ्या गेममध्ये सिंधूला ११-१० अशी अगदी निसटती आघाडी मिळालेली असताना नियमांनुसार मध्यावधीच्या विश्रांतीसाठी

काही मिनिटं खेळ थांबला. या काळात गोपीचंदनं सिंधूला खूप धीर दिला. सिंधूला विजय मिळणारच असं गोपीचंदनं तिला सांगितलं. गोपीसरांच्या या शब्दांनी सिंधू पुन्हा प्रेरित झाली. मध्यांतरानंतर सिंधूनं ओकुहारावर नव्या जोशासह आक्रमण सुरू केलं. त्यानंतर तिच्या हातून एकही चूक झाली नाही. परिणामी सामना जिंकण्याची समान शक्यता असताना मध्यांतर झालेलं असूनसुद्धा हा गेम सिंधूनं २१-१० असा जिंकला! म्हणजेच ११-१० नंतर एकही गुण तिनं ओकुहाराला जिंकू दिला नाही. अत्यंत सनसनाटीपूर्ण असा हा सिंधूचा खेळ होता. सामना इथंच संपला.

जर हा सामना तिसऱ्या गेमपर्यंत गेला असता, तर कदाचित तो ओकुहाराच्या बाजूनं झुकला असता. याचं कारण म्हणजे आधी उल्लेख केल्याप्रमाणे ओकुहारा लांबलचक चालणारे सामने जिंकते. तिचा दमश्वास खूप वेळ टिकतो. तिची शारीरिक तंदुरुस्तीसुद्धा अफाट आहे. प्रतिस्पर्ध्याचा दमश्वास तेवढा वेळ टिकत नाही आणि याचा फायदा ओकुहारा उठवते. म्हणूनच गोपीचंदनंही बहुधा दोन गेममध्येच हा सामना गुंडाळण्यासाठी सिंधूला प्रेरित केलं असावं.

सामन्याचा निकाल : सिंधू २१-१९, २१-१० अशी विजयी

अंतिम सामना

कॅरोलिना मारिन आणि पी. व्ही. सिंधू यांच्यातल्या ऑलिम्पिक स्पर्धेच्या महिला बॅडमिंटन स्पर्धेच्या अंतिम सामन्यामध्ये दोन्ही खेळाडूंनी आपल्या प्रतिस्पर्धी खेळाडूला अडचणीत आणण्याची किंवा तिला मुद्दामच बारीकसारीक त्रास देण्याची एकही संधी सोडली नाही. यामागे अर्थातच आपल्या प्रतिस्पर्ध्यावरचा मानसिक दबाव वाढवण्याचा मुद्दा सगळ्यात महत्त्वाचा होता. दोन्ही खेळाडूंनी मुद्दामच वेळ वाया घालवण्यासाठी अधूनमधून प्रयत्न केले. सिंधू विनाकारणच बुटांच्या नाड्या बांधताना एक-दोन वेळा दिसली. दोन्ही खेळाडू आपल्याभोवती टॉवेल गुंडाळून बसण्यासाठी आतूर दिसत होत्या. याखेरीज सिंधूवरचा दबाव वाढवण्यासाठी

मारिन जोरदार आरोळ्या देत होती. ते बघून सिंधूनंही अधूनमधून मोठे आवाज काढायला सुरुवात केली.

केली होर ही ऑस्ट्रेलियन महिला या अंतिम सामन्यात पंच म्हणून काम करत होती. बराच अनुभव असलेल्या होरला दोन्ही खेळाडूंच्या या तऱ्हा आणि खास करून मारिन करत असलेले चित्रविचित्र प्रकार या गोष्टी अजिबातच नव्या नव्हत्या. म्हणूनच मारिनला शिस्त लावण्यासाठी ती प्रयत्नांची शिकस्त करत होती. मुद्दामच काहीतरी लबाडी करायची आणि पंचाकडे साफ दुर्लक्ष करायचं, असा मारिनचा प्रकार सुरू होता. होर मात्र मारिनला पुरून उरत होती. मारिनचं लक्ष वेधून घेण्यासाठी ती सातत्यानं 'कॅरोलिना... कॅरोलिना... कॅरोलिना... कॅरोलिना... कॅरोलिना...' अशी एखाद्या शाळकरी मुलीला तिच्या शिक्षिकेनं हाक मारावी तशी हाक मारत होती. आपलं लक्ष नाही असं भासवून मारिन तिची नजर चुकवत असली तरी तिला आपलं म्हणणं ऐकायलाच होर भाग पाडत होती. मारिन अत्यंत हुशार असल्यामुळे सगळ्याच पंचांवर ती आपली ही युक्ती चालवून बघते. म्हणजे आपल्याला पंच हाक मारते आहे हेच समजत नसल्याचा कांगावा ती करते आणि पंचापासून दूर राहण्याचा प्रयत्न करते. होर मात्र मारिनच्या या चतुराईला बळी पडली नाही. उलट ती तिला पुरून उरली.

सामन्यामध्ये मारिन आणि सिंधू यांच्यात अत्यंत जोरदार संघर्ष झाला. दोघींनी आक्रमक खेळ केला. अर्थात, जास्त अनुभव आणि कौशल्य यांच्या जोरावर मारिननं सिंधूचा पराभव केला. सामना जिंकल्यावर आनंदातिशयानं मारिन जमिनीवरच पडून राहिली. या वेळी सिंधूनं खिलाडू वृत्तीचं प्रदर्शन करून मारिनची जमिनीवर पडलेली रॅकेट स्वतः उचलून घेतली आणि ती हातांमध्ये बाजूला धरून मारिनला मिठी मारली. आपल्यामधला संघर्ष आता संपलेला असून माणूस म्हणून आपण खूप उदार आहोत, असं सिंधूनं अगदी सहजपणे सगळ्या जगाला दाखवून दिलं. सगळ्याच प्रेक्षकांना हे दृश्य अगदी हवंहवंसं वाटलं असणार, यात शंकाच नाही.

अर्थात सामना सुरू असताना मात्र सिंधूनं अत्यंत कठोरपणे मारिनच्या खेळाला आणि लबाडीला प्रत्युत्तर देण्याचा प्रयत्न केला. किमान दोन वेळा तिनं मारिनची तक्रार पंचाकडे केली. बहुधा भविष्यातसुद्धा आपण अशाच कणखरपणे मारिनचा मुकाबला करणार असल्याचा इशारा सिंधूला द्यायचा असावा. तसंच आपण मारिनच्या हरकती विनातक्रार सहन करणार नसल्याचंही सिंधूला पंचाला सांगायचं असावं. जरी पंचानं लगेचच मारिनवर कसली कारवाई केली नसली तरी निदान तिचं मारिनकडे लक्ष राहावं, आणि शिवाय आपल्यावर अन्याय होत असून आपण त्याविषयी गप्प राहणार नसल्याचं सिंधूला पंचाला सांगायचं असावं. स्वभावानं अत्यंत मृदू आणि सोशिक असलेली सिंधू कुठल्याच प्रतिस्पर्धी खेळाडूपुढे झुकणार नसल्याचं आणि अत्यंत दबावाच्या सामन्यात जगातल्या पहिल्या क्रमाकांच्या खेळाडूशी लढत असतानाही कणखरच राहणार असल्याचं यातून दिसून आलं.

या सामन्यात मारिननं १९-२१, २१-१२, २१-१५ असा विजय मिळवला. खरं म्हणजे सिंधूनं पहिल्याच गेममध्ये पिछाडीवरून अत्यंत आक्रमक खेळ करत बाजी मारली होती. ६-११ अशा पिछाडीवर असलेल्या सिंधूनं हा पहिला गेम २१-१९ अशा फरकानं जिंकला. विलक्षण चुरशीच्या या गेममध्ये पारडं एकदा मारिनच्या बाजूनं, तर नंतर सिंधूच्या बाजूनं झुकत होतं. शेवटपर्यंत हा गेम कोण जिंकणार, हे सांगणं अवघड वाटत होतं. अगदी सुरुवातीला सिंधू फिकी पडणार असं वाटायला लागलं होतं. डावखुऱ्या मारिनच्या सुरेख 'ड्रॉप शॉट्स'नी सिंधूला बेजार करून सोडलं. ३-७ अशा गुणांनी सिंधू मागे पडली. हा फरक तिनं काही प्रमाणात भरून काढत ५-८ अशी आकडेवारी गुणतक्त्यावर लावली. मारिन आणि सिंधू यांच्यामधली झुंज अशीच सुरू राहिली. आता मारिन ९-५ आणि काही मिनिटांनंतरच १३-१० अशी आघाडीवर जाऊन पोहोचली. सिंधू आता पहिला गेम गमावणार असं स्पष्टपणे दिसत होतं. गुडघ्यांमध्ये वाकलेली सिंधू काळजी

आणि निराशा यांच्या मिश्रणानं त्रस्त वाटत होती. आपल्या रॅकेटच्या जाळीकडेही ती शून्य नजरेनं बघत होती. त्यानंतर मात्र सिंधूनं आपली मरगळ झटकून अत्यंत आक्रमक पवित्रा स्वीकारला. दोन वेळा तिनं मारिनची आघाडी फक्त एक गुणाच्या फरकाएवढी करण्यापर्यंत मजल मारली. मारिनच्या हातून धडाधड चुका होत राहिल्या. तरीसुद्धा तिनं पुन्हा सामन्यावर आपलं नियंत्रण प्रस्थापित करण्यासाठीची धडपड सुरू केली आणि १९-१६ अशी मजल मारली. आता हा गेम मारिन जिंकणार हे स्पष्टपणे दिसत असूनही, सिंधूनं जोरदार प्रतिहल्ला केला. मारिनची सर्व्हिस अत्यंत ताकदीनं; पण अचूकपणे परतवत तिनं मारिनला खेळवत ठेवलं. पहिल्या गेममधल्या गुणांची आकडेवारी १६-१९ वरून १७-१९, १८-१९ आणि १९-१९ अशी झाली! प्रेक्षागारात बसलेले भारतीय प्रेक्षक 'जितेगा भाई जितेगा...'चे नारे द्यायला लागले. बघता बघता सिंधू २०-१९ अशी पुढे गेल्यानंतर त्या सगळ्या प्रेक्षकांचे आणि टीव्हीवर हीच दृश्यं बघणाऱ्या जगभरातल्या कोट्यवधी भारतीयांच्या छातीचे ठोके चुकायला लागले. सिंधूनं मारलेल्या एका सुंदर फ्लिकला परतवण्याच्या नादात मारिनच्या हातून चूक झाली. सिंधूनं अशा बहारदारपणे हा फटका मारला होता की मारिनला उलटं पळत जाऊन, मग वळून शटल परतवणं भाग होतं. तिनं प्रयत्नांची शिकस्त करूनसुद्धा तिचा हा फटका तिच्याच भागात पडला. जाळी ओलांडून शटल सिंधूच्या भागात जाऊ शकलं नाही. त्याच क्षणी सिंधूच्या तोंडून आनंदाचा चीत्कार बाहेर पडला. हाताची मूठ आवळून तिनं जोरदार आरोळी ठोकली!

अचानकपणे आता सिंधूची सरशी होण्याची चिन्हं दिसायला लागली. दुसरा गेम सुरू झाला. तेवढ्यात विलक्षण आक्रमकपणे खेळून मारिननं ४-० अशी आघाडी मिळवली. तिच्या देहबोलीमध्ये आणि खेळामध्ये आक्रमकता अगदी स्पष्टपणे दिसत होती. एखाद्या वाघाला चवताळण्यासाठी प्रवृत्त केल्यावर तो जसा प्रत्युत्तर देईल, तशी काहीशी मारिन वाटत होती. प्रत्येक गुण

जिंकल्यावर ती आनंदानं चीत्कारत होती. तसंच सिंधूचा कुणाशी मुकाबला सुरू आहे हे आपण अगदी जाहीरपणे सांगत असल्यासारखंच ती प्रतिध्वनित करत होती. तिच्या या सनसनाटीपूर्ण पुनरागमनापुढे सिंधू टिकाव धरेल का, असा प्रश्न आता सगळ्यांनाच पडला. काही मिनिटांमध्येच मारिननं आपण जागतिक पातळीवर अग्रमानांकित खेळाडू का आहोत, हे अगदी स्पष्टपणे दाखवून दिलं होतं. काही काळातच तिनं आपली आघाडी ८-२वर नेली. सिंधूला चुका करायला भाग पाडणारा खेळ मारिनकडून होत होता. खेळाची सूत्रं आता अगदी स्पष्टपणे मारिनकडे आल्याचं दिसत होतं. जागतिक पातळीवर आपण अग्रगण्य खेळाडू का आहोत, हे मारिन सगळ्यांना दाखवून देत होती. सिंधूनं या गेममध्ये थोडीफार चमक दाखवली खरी; पण मारिननं आपला झपाटा सुरूच ठेवला. अखेर या गेममध्ये मारिनची २१-१२ अशी सरशी झाली.

तिसऱ्या आणि निर्णायक गेममध्ये मारिननं सुरुवातीला ६-१ अशी आघाडी घेतली खरी; पण सिंधूनं धीर न गमवता मारिनचा जोरदार प्रतिकार केला. तीन पॉइंट्स सलग जिंकून तिनं आता गुणसंख्या ८-१० अशी केली. यानंतरच्या दोन पॉइंट्समधल्या एकामध्ये झालेली रॅली अपूर्व होती! दोन्ही खेळाडूंनी हा पॉइंट जिंकायचाच असा निर्धार केला असावा असं वाटत होतं. तसंच दोघींना दम लागतच नाही का, असा प्रश्न सगळ्यांना पडावा अशी शारीरिक तंदुरुस्ती त्यांच्या खेळातून ध्वनित होत होती. प्रतिस्पर्ध्यानं कसाही फटका मारला तरी तो परतवून लावण्यात दोघींनाही यश येत होतं. जगातल्या सर्वोत्तम पातळीवरच्या या दोन खेळाडूंनी अत्यंत चिवट झुंज दिलेला हा पॉइंट अखेर सिंधूनं जिंकला आणि १०-१० अशी बरोबरी साधली. आता पुन्हा सामन्याचं पारडं फिरणार का, असं सिंधूच्या तमाम चाहत्यांना वाटून गेलं. श्वास रोखून ते पुढचा खेळ बघत असताना मारिननं १४-१० अशी आघाडी घेतली. नंतरच्या एका पॉइंटमध्ये पंचानं सिंधूच्या

बाजूनं निकाल दिलेला असताना मारिननं पंचाकडे फेरविचारासाठी दाद मागितली. फेरविचाराचा निकाल मारिनच्याच बाजूनं लागला. आता मारिन १६-१२ अशी पुढे गेली. नंतर मारिननं मारलेला एक फटका कोर्टबाहेर गेला आणि गुणसंख्या १६-१४ अशी झाली. अजूनही सामना जिंकणं सिंधूला अशक्य नव्हतं. आता मारिननं मारलेला 'स्मॅश' सिंधूच्या शरीरावरच आदळला. गुणसंख्या १७-१४ झाली. यापाठोपाठ तिनं हवेतून कलात्मकपणे मारलेला एक फटका सिंधूला ओलांडून गेला आणि गुणसंख्या १८-१४ झाली. अखेर सामना सिंधूच्या हातून निसटत चालला असल्याची सगळ्यांना जाणीव झाली. तरीसुद्धा सिंधूनं अगदी अखेरपर्यंत प्रयत्नांची पराकाष्ठा केली. त्याचा उपयोग झाला नाही. मारिननं शेवटचा गेम जिंकत सुवर्णपदकावर आपलं नाव कोरलं.

सामन्याचा निकाल : सिंधू २१-१९, १२-२१, १५-२१ अशी पराभूत

■
आठ

रिओनंतर

२०१६ सालच्या रिओ ऑलिम्पिक स्पर्धेत रौप्यपदक मिळवूनसुद्धा सिंधूच्या जागतिक पातळीवरच्या मानांकनामध्ये फारसा फरक पडणार नसल्याचं स्पष्ट झालं. 'बॅडमिंटन वर्ल्ड फेडरेशन' (बीडब्ल्यूएफ) ही संघटना ही मानांकनं ठरवते. ऑलिम्पिक स्पर्धा सुरू व्हायच्या वेळी सिंधूचं जागतिक पातळीवरचं मानांकन दहाव्या क्रमांकाचं होतं. ऑलिम्पिकमध्ये उपविजेती ठरूनही त्यात लगेचच फरक पडणार नसल्याचं स्पष्ट झालं. तोपर्यंत सिंधू

दहापेक्षा वरच्या म्हणजे नवव्या मानांकनावर पोचली होती. रिओ ऑलिम्पिकमधल्या चमकदार कामगिरीनंतर काही आठवडे होऊन गेलेल्या घडामोडींच्या आधारे सिंधूचं मानांकन दहापेक्षाही चांगल्या पातळीवर जाईल असं मत तज्ज्ञांनी व्यक्त केलं. रिओ ऑलिम्पिकमधल्या उपविजेत्यापदामुळे सिंधूला १०,२०० गुण मिळाले. दुर्दैवानं याचा तिचं मानांकन सुधारण्यासाठी काही उपयोग झाला नाही. कारण मानांकन ठरवताना, एका कॅलेंडर वर्षामधल्या सगळ्यात महत्त्वाच्या दहा स्पर्धांमधले गुणच विचारात घेतले जातात.

रिओ ऑलिम्पिक स्पर्धा संपण्याच्या वेळी जगातल्या पहिल्या दहा मानांकित महिला खेळाडू अशा होत्या :

मानांकन	खेळाडूचं नाव	देश	गुण	विजेतेपद स्पर्धांची संख्या
१	कॅरोलिना मारिन	स्पेन	८३,६८०	१४
२	ली झुरुई	चीन	८१,०१४	१६
३	नोझोमी ओकुहारा	जपान	७८,२२७	१८
४	वँग यिहान	चीन	७७,९३४	१६
५	रत्चनॉक इंतॅनॉन	थायलंड	७६,९०४	२०
६	वँग शिग्झियान	चीन	७१,७५४	१६
७	ताई त्झू-यिंग	तैपेई, चीन	७१,२९१	१७
८	सुंग जी ह्यून	कोरिया	७१,०५६	२३
९	सायना नेहवाल	भारत	७०,२०९	१४
१०	पी. व्ही. सिंधू	भारत	६३,०९९	२२

याचबरोबर पहिल्या शंभर जणांमध्ये समावेश असलेल्या भारतीय पुरुष बॅडमिंटनपटूंची नावं अशी :

(११) किदम्बी श्रीकांत, (२२) अजय जयराम, (२८) एच. एस. प्रणॉय, (३६) साई प्रणिथ, (३८) समीर वर्मा, (६९) पारुपल्ली

कश्यप, (७६) आनंद पवार, (८६) हर्षिल दाणी, (९४) आर.एम.व्ही. गुरुसाईदत्त

सिंधू आणि गोपीचंद यांना काय वाटलं?

सिंधूनं रिओ ऑलिम्पिकमध्ये रौप्यपदक मिळवल्यानंतर 'टाइम्स ऑफ इंडिया' वर्तमानपत्राचे प्रतिनिधी आलोक सिन्हा यांनी सिंधू आणि प्रशिक्षक गोपीचंद अशा दोघांच्या मुलाखती घेतल्या. २१ ऑगस्ट २०१६ रोजीच्या अंकात या मुलाखती छापून आल्या होत्या. त्या अत्यंत वाचनीय असल्यामुळे त्यांचा अनुवाद जसाच्या तसा इथं केल आहे.

सिंधूची मुलाखत

मुलाखतकार : सध्या तुला काय वाटतंय?

सिंधू : माझा आनंद व्यक्त करण्यासाठी सध्या तरी मला काही शब्द सुचत नाहीयेत. खरं म्हणजे मला सुवर्णपदक जिंकायचं होतं; पण रौप्यपदक मिळालं हे काही कमी नाही. कुठल्याही सामन्यात दोनपैकी एकच खेळाडू जिंकू शकत असल्यामुळे मी पराभूत झाले. तो दिवस तिचा होता. मी प्रयत्नांमध्ये कुठे कमी पडले नाही. त्यामुळे मी समाधानी आहे.

मुलाखतकार : त्या अंतिम सामन्याच्या दुसऱ्या गेममध्ये नक्की काय झालं?

सिंधू : माझ्या हातून खूप चुका झाल्या. काही पॉइंट्स तर मी तिला अक्षरशः भेटवस्तू दिल्यासारखे दिले. तरीही मी सामन्यात पुनरागमन करण्यासाठी खूप धडपड करत राहिले. मी चिकाटी सोडली नाही आणि प्रयत्नांची पराकाष्ठा केली. अगदी शेवटच्या पॉइंटपर्यंत मी लढत राहिले. कारण अगदी शेवटच्या क्षणीसुद्धा काहीही घडू शकतं आणि चित्र बदलू शकतं. खेळाचं पारडं अचानकपणे फिरू शकतं. प्रत्येक पॉइंट महत्त्वाचा असतो.

आम्ही दोघी अत्यंत आक्रमकपणे खेळलो; पण शेवटी तिची सरशी झाली.

मुलाखतकार : गोपीसरांबरोबर तुझं कितपत जुळतं?

सिंधू : मी खूप त्याग करून इथपर्यंत पोचले आहे आणि गोपीसरांनीसुद्धा खूप त्याग करून हा दिवस बघितला आहे, याची मला जाणीव आहे. मी अगदी लहान असल्यापासून गोपीसरांनी माझ्यासाठी खूप काही केलं आहे. त्याचबरोबर माझे इतर मदतनीससुद्धा मला खूप जिवाभावचे वाटतात. माझ्या आई-वडिलांनी खूप कष्ट घेऊन आणि अनेक गोष्टींचा त्याग करून मला बॅडमिंटन शिकवलं आहे. त्याचबरोबर भारत सरकार, बॅडमिंटनशी संबंधित असलेल्या सगळ्या संघटना आणि भारतातून मला पाठिंबा देणारे चाहते, या सगळ्यांचे मी मनःपूर्वक आभार मानते.

मुलाखतकार : तुला तुझ्या मोबाइल फोनची आठवण येत नाही का? गोपीसरांनी तीन महिन्यांपूर्वीच तो तुझ्याकडून काढून घेतला होता...

सिंधू : अर्थातच! मला माझ्या फोनची खूपच आठवण येते. सगळ्यात आधी मला माझ्या आई-वडिलांशी बोलायचं आहे. माझ्या आवडीच्या अनेक गोष्टी मला करायला मिळालेल्या नाहीत. त्यांपैकी सगळ्यात पहिली गोष्ट म्हणजे मी आता आइस्क्रीम खाणार!

मुलाखतकार : रिओ ऑलिम्पिकसाठी तू नक्की कशी तयारी केलीस हे जरा सांगशील का?

सिंधू : जवळपास दोन महिने मी प्रचंड मेहनत केली. खरं म्हणजे ही मेहनत खूप अवघड होती, तरी मी माझी एकाग्रता ढळू दिली नाही. 'ऑस्ट्रेलियन ओपन स्पर्धे'च्या पहिल्याच फेरीत पराभव झाल्यानंतर आपल्या खेळामध्ये काही कच्चे

दुवे असल्याची आणि ते दूर करण्याची गरज असल्याची मला जाणीव झाली होती. तसंच ऑलिम्पिक स्पर्धेत खेळताना खूप लांबचा किंवा पूर्ण स्पर्धेचा विचार न करता एका वेळी फक्त पुढच्या सामन्याचाच विचार करायचं आम्ही ठरवलं होतं. कुठलं पदक मिळवायचं वगैरे गोष्टींचा उच्चारसुद्धा न करता फक्त आपला खेळ व्यवस्थित होण्यासाठी मेहनत घेत राहणं, यावरच सगळं लक्ष केंद्रित करायचं नक्की करण्यात आलं.

मुलाखतकार : तुझ्या खास आवडीनिवडी किंवा तुझे छंद काय आहेत?

सिंधू : मला सिनेमे बघायला खूप आवडतं. तसंच खरेदी करण्यातही मी रमून जाते. भारतात परतल्यावर मी अगदी हेच करणार आहे. माझ्या भावंडांबरोबर मस्त फिरून धमाल करायची मी ठरवलं आहे. मला सगळ्या प्रकारचं संगीतसुद्धा खूप आवडतं.

मुलाखतकार : तुझे आवडते अभिनेते कोण आहेत?

सिंधू : रणबीर कपूर आणि हृतिक रोशन.

मुलाखतकार : आता पुढे काय?

सिंधू : आता सगळं चित्र बदलेल... खरं म्हणजे ते बदलून गेलंच आहे. (हसते.)

गोपीचंदची मुलाखत

मुलाखतकार : सिंधूनं मिळवलेल्या या रौप्यपदकाविषयी तुमच्या भावना काय आहेत?

गोपीचंद : मला अनेकांचे आभार मानायचे आहेत. पहिल्यांदा

हे घडवून आणल्याबद्दल देवाचे आभार. सगळ्या देशवासीयांच्या प्रोत्साहनाबद्दल आणि शुभेच्छांबद्दल त्यांचे आभार. त्याचबरोबर भारत सरकार, 'स्पोर्ट्स ऑथॉरिटी ऑफ इंडिया' आणि 'बॅडमिंटन असोसिएशन ऑफ इंडिया' या सगळ्यांचेही खूप आभार. या प्रवासात त्यांची अत्यंत समर्थ साथ लाभली. त्याचबरोबर माझ्या सहकारी प्रशिक्षकांना, फिजिओंना आणि ट्रेनर्सना धन्यवाद दिलेच पाहिजेत. त्या सगळ्यांनी प्रचंड कष्ट घेतले आहेत. जवळपास चार वर्षांच्या अथक मेहनतीनंतर आणि कठोर परिश्रमांनंतर हे हाती लागल्याचा आनंद अवर्णनीय आहे.

मुलाखतकार : बीजिंगमध्ये सायना नेहवालनं मिळवलेलं कांस्यपदक आणि सिंधूनं आत्ता मिळवलेलं रौप्यपदक यांच्यामधलं तुमच्या दृष्टीनं जास्त मोलाचं काय आहे?

गोपीचंद : प्रत्येक पदकाचं मोल वेगळं आणि स्वतंत्र असतं असं मला वाटतं. कांस्यपदक हे भारताला ऑलिम्पिकमध्ये लाभलेलं पहिलंवहिलं पदक असल्यामुळे त्याचं वेगळं महत्त्व होतं. आजचं पदकही देशाला खूप हवंहवंसं वाटत असल्यामुळे त्यालाही खूप महत्त्व आहे. आम्हाला त्याची खूप आशा होती. तसंच सिंधूचा आत्मविश्वास द्विगुणित होण्यासाठी तिच्या दृष्टीनंही हे पदक गरजेचं होतं. त्यामुळे आता एक मोठं ओझं खांद्यांवरून उतरल्यासारखं, हलकं-हलकं वाटतंय.

मुलाखतकार : ऑलिम्पिकमध्ये पदक मिळवणारे दोन खेळाडू तुम्ही घडवले आहेत. प्रशिक्षणामध्ये तुम्ही अशा प्रकारचं यश संपादित करण्यामागचं रहस्य नेमकं काय आहे?

गोपीचंद : *भगवान की कृपा है.* खूप लोकांनी खूप कष्ट घेतल्यामुळे हे घडू शकलं. देवानं आमच्यावर कृपादृष्टी ठेवल्यामुळे हे झालं. बाकी काहीच नाही. (हसतो.) मी एकच गोष्टीचा उल्लेख करेन. सिंधू खूप लहान असताना मी तिला प्रशिक्षण

द्यायला सुरुवात केली. मी तिला तेव्हापासूनच ओळखतो. २००४ मध्ये तिचं प्रशिक्षण सुरू झालं तेव्हा त्या गटामध्ये ती सगळ्यात लहान होती. तिचं वय तेव्हा फक्त आठ वर्षांचं होतं. तसंच २०१० सालानंतर सकाळी पहिल्यांदा मी इतर खेळाडूंच्या आधी तिला प्रशिक्षण द्यायचो. या गोष्टीचा कुठंना कुठंतरी चांगला परिणाम दिसणार, असं मला वाटायचं. २०१३ मध्ये तिला जागतिक स्पर्धेत कांस्यपदक मिळाल्यानंतर मात्र काही काळ खराब गेला. तिला पराभवाचा सामना करावा लागला. त्याच्या पुढच्या वर्षी 'कॉमनवेल्थ स्पर्धा' आणि 'आशियाई स्पर्धा' या स्पर्धांमध्ये तिला कांस्यपदक मिळालं. असं असूनही तिच्या कामगिरीत सातत्याचा अभाव दिसत होता. यामुळे सिंधू खरोखरच मोठ्या स्पर्धांमध्ये यशस्वी ठरू शकेल का, अशी शंका सगळ्यांच्या मनात यायला लागली. अनेक जणांनी तिची तुलना सायनाबरोबर करायलाही सुरुवात केली. तरीसुद्धा मला का कुणास ठाऊक, सिंधू नक्कीच ऑलिम्पिकसारख्या स्पर्धेत पदक जिंकणार आणि आपलं कर्तृत्व सिद्ध करणार, असं सारखं वाटायचं. मला माझ्या अंतर्मनाकडून मिळणारा हा इशारा आणि देवाची इच्छा या दोन्ही गोष्टी एकत्र आल्यामुळे कदाचित मी तिच्यावरचा माझा विश्वास टिकवून धरला असावा.

मुलाखतकार : लोक आता 'सिंधू युग' सुरू झालं असं म्हणायला लागले आहेत...

गोपीचंद : 'ऑस्ट्रेलियन ओपन स्पर्धे'च्या पहिल्याच फेरीत तिचा पराभव झाला होता. ऑलिम्पिकच्या फक्त दोन महिने आधी हे घडलं. काही लोक तेव्हा मला 'हिच्यामध्ये आपला वेळ कशाला वाया घालवतोस?' असं म्हणालेसुद्धा! माझ्या मनात मात्र कष्टांचं फळ मिळणार असा विश्वास होता. या विश्वासाच्या बळावर मी प्रयत्न सुरू ठेवले आणि मी तिला जे काही सांगितलं ते अगदी मनापासून करण्यावर तिनंही भर

दिला. आम्ही जवळपास दोन महिने अगदी भरभक्कम सराव केला. अगदी छोटासुद्धा खंड त्यात पडला नाही. इथले गेले सोळा-सतरा दिवससुद्धा अगदी मनासारखे गेले. या सगळ्या काळात आमच्या हातून एकही चूक घडली नाही. आमचं राहणं, खाणंपिणं आणि इतर सगळ्या गोष्टी यांची काळजी नीटपणे घेतली गेली. यामुळे आम्ही आमचं सगळं लक्ष सरावावर केंद्रित करू शकलो. कदाचित म्हणूनच आपल्याला हे पदक मिळालं असावं.

मुलाखतकार : तुम्ही सिंधूला कुठल्याही प्रकारची व्यवधानं किंवा लक्ष विचलित करणाऱ्या गोष्टी यांच्यापासून दूर ठेवलंत...

गोपीचंद : मी तिच्याकडून तिचा मोबाइल फोन काढून घेतला. गेले तीन महिने तो तिच्यापाशी नव्हता. आत्ताही तो माझ्या खोलीतच आहे. आज तो फोन चार्ज करून मी तिच्याकडे परत सुपूर्त करणार आहे. (हसतो.)

मुलाखतकार : सायनाला प्रशिक्षित करणं जास्त अवघड आहे का सिंधूला?

गोपीचंद : मी या प्रश्नाचं उत्तर आत्ता देणार नाही. हा क्षण सिंधूच्या पराक्रमाचा आनंद लुटण्याचा आहे.

मुलाखतकार : सिंधूबरोबरचं तुमचं नातं...

गोपीचंद : गेली सहा वर्षं आम्ही दररोज पहाटे साडेचार वाजता आमचा सराव सुरू करत आहोत. एकदाही मी पावणेपाच किंवा पाचला येईन असं तिनं म्हटल्याचं मला आठवत नाही. सिंधूच्या परिश्रमांची आणि तिच्या जिद्दीची यावरून आपल्याला कल्पना येईल. मला फक्त तिला दुसऱ्या दिवशी किती वाजता यायचं एवढंच सांगायचं असतं. मी जर पावणेसात म्हटलं तर दुसरा एकही शब्द न उच्चारता ती लगेच त्याला होकार देते. सराव करण्याविषयीची तिची भक्ती

अशी आहे.

मुलाखतकार : तुम्ही स्वतःसुद्धा कर्बोदकं अगदी कमी खाण्यावर कटाक्षानं भर देता...

गोपीचंद : या काळात दुखापत होणं किंवा आजारी पडणं मला परवडण्यासारखं नव्हतं. इथं येण्याआधीच आपल्या खेळाडूंना सराव करण्यासाठी खूप सहकारी उपलब्ध नसणार याची मला कल्पना असल्यामुळे मला त्यांच्याबरोबर सराव करावा लागणार, हे मला माहीत होतं. नशिबानं माझ्या शरीरानं त्यासाठी मला खूप साथ दिली.

मुलाखतकार : ऑलिम्पिक स्पर्धेआधी तुम्ही काही खास किंवा वेगळ्या प्रकारच्या गोष्टी करून बघितल्या का?

गोपीचंद : आम्ही सिंधूच्या बचावाकडे आणि खास करून तिच्या बॅकहँडच्या बचावाकडे खूप लक्ष दिलं. तिच्या खेळामधला हा कच्चा दुवा होता. यामुळे आम्ही त्यावर प्रचंड मेहनत घेतली. म्हणूनच तुम्ही या स्पर्धेतले तिचे अत्यंत कौशल्यपूर्ण फटके बघू शकलात. आणखी काही दोष तिच्या खेळातून दूर करणं गरजेचं आहे. तरीसुद्धा एकूण विचार करता या स्पर्धेत तिच्या कोर्टमधल्या अत्यंत चपळ हालचाली आणि तिची शारीरिक तंदुरुस्ती या गोष्टी थक्क करून सोडणाऱ्या होत्या.

मुलाखतकार : सिंधूच्या एकाग्रतेत व्यत्यय आणण्यासाठीच मारिन वारंवार पंचाला शटल बदलून मागत होती असं तुम्हाला वाटतं का?

गोपीचंद : खेळात असं घडतंच. सिंधू खूप तरुण खेळाडू आहे आणि या सगळ्या गोष्टी ती आपोआप शिकेलच. भविष्यात ती आणखी परिपक्व झालेली असेल, अशी मला आशा वाटते.

मुलाखतकार : सिंधू जागतिक पातळीवर पहिल्या क्रमांकाची खेळाडू कधी होईल?

गोपीचंद : तिच्यामध्ये तशी क्षमता नक्कीच आहे. ती वयानंही खूप लहान आहे. याविषयी आत्ता काही बोलण्यापेक्षा आपण भविष्यात काय घडतं हे बघूच.

मुलाखतकार : सिंधूमध्ये तुम्हाला नक्की काय वेगळेपण जाणवलं?

गोपीचंद : सरावाप्रति तिची असलेली विलक्षण निष्ठा हा तिच्यामधला अत्यंत महत्त्वाचा गुण आहे. तिला कितीही सराव करायला लावला, कितीही दमवलं तरीसुद्धा ती कंटाळत नाही. फक्त सामने खेळताना कधीकधी तिचा खेळ अचानक खराब व्हायचा आणि भावनेच्या भरात तिच्या हातून चुका व्हायला लागायच्या. अशा वेळी ती घाबरून जायची. माणूस म्हणून ती अगदी मोकळी आहे. कोर्टवर उतरल्यानंतर मात्र आपण सगळं लक्ष सामन्याकडे दिलं पाहिजे आणि मान खाली घालून पूर्ण एकाग्रतेनं खेळलं पाहिजे, हे ती आता शिकली आहे.

मुलाखतकार : तुम्ही तिचं जंक फूड खाणं बंद केलंत...

गोपीचंद : तिच्या खाण्यातले अशा प्रकारचे सगळे पदार्थ मी काढून टाकायचो. महत्त्वाची गोष्ट म्हणजे ती स्वतः पुन्हा असे पदार्थ आपल्या जेवणात कधीच घ्यायची नाही.

विमलकुमारचं मत

आता सायना नेहवालचा प्रशिक्षक असलेला यू. विमलकुमार हा पूर्वी भारतीय बॅडमिंटनमध्ये पुरुषांचा राष्ट्रीय विजेता होता. खेळाडू म्हणून उत्तम कामगिरी केलेल्या विमलकुमारचं नाव आता उत्तम प्रशिक्षक म्हणून घेतलं जातं. कॅरोलिना मारिनबरोबरच्या अंतिम सामन्यात सिंधूचा पराभव झाल्यानंतर विमलकुमारनं ‘टाइम्स ऑफ इंडिया’मध्ये दोघींच्या

कामगिरीचं केलेलं विश्लेषण अत्यंत अभ्यासपूर्ण आणि वाचनीय आहे. ते असं :

कॅरोलिना मारिन आणि पी.व्ही. सिंधू या दोघींच्या रिओ ऑलिम्पिक स्पर्धेच्या बॅडमिंटनच्या महिला गटाच्या अंतिम सामन्यामधून खूप काही शिकण्यासारखं आहे. अत्यंत चपळाईनं खेळणारी मारिन विद्युत्वेगानं हालचाली करते आणि सध्याच्या इतर कुठल्याही खेळाडूपेक्षा ती जास्त वेगानं कोर्टमध्ये वावरते. हे ओळखून सिंधूनं मारिनच्या वेगावर प्रतिहल्ला करण्याचा आणि तिच्या हालचालींचा वेग रोखण्याचा अंतिम सामन्यात प्रयत्न केला. तो काही अंशी चांगलाच यशस्वी ठरला. सामन्यामधला तिसरा गेम मात्र अत्यंत महत्त्वाचा ठरला. सुरुवातीला मागे असलेल्या सिंधूनं जोरदार प्रतिहल्ला करून १०-१० अशी बरोबरी साधली. त्या वेळी मारिन कदाचित पराभूत होईल की काय, असं वाटायला लागलं होतं. त्याच क्षणी सिंधूनं आपली पकड सैल केली आणि काही गुण अगदी मारिनच्या खिशात घातले. यामुळे मारिनला वेगानं १४-१० अशी आघाडी घेणं शक्य झालं. परत एकदा सिंधूनं हार न मानता जिगरबाज खेळ केला आणि मारिनची आघाडी १६-१४ अशी रोखली. परत एकदा मारिन जरा चाचपडत खेळायला लागली आहे असं वाटलं खरं, पण सिंधूला या परिस्थितीचा फायदा उठवता आला नाही.

अशाच अगदी मोक्याच्या क्षणी संधी साधणं आणि प्रतिस्पर्ध्यावरचा दबाव वाढवत नेणं खूप महत्त्वाचं असतं. यात सायना नेहवाल किंवा सिंधू यांच्यासारख्या खेळाडू कमी पडतात. प्रचंड दबावाच्या क्षणी आपले बॅडमिंटनपटूच नव्हे, तर जवळपास सगळ्याच क्रीडाप्रकारांमध्ये सहभागी होणारे खेळाडू प्रतिस्पर्ध्याला बेचिराख करू शकत नाहीत. प्रचंड दबावाखाली असलेल्या आणि अपेक्षांचं ओझं प्रमाणाबाहेर वाहणाऱ्या उसेन बोल्ट किंवा मायकेल फेल्प्स यांच्यासारख्या खेळाडूंना ते सहजपणे जमतं. याउलट आपले क्रीडापटू आणि खास करून तिरंदाज तसंच नेमबाज फार प्रसिद्धी मिळत नसलेल्या आंतरराष्ट्रीय स्पर्धांमध्ये खूप यशस्वी ठरत असले तरी नेमके ऑलिम्पिक्समध्येच कसे काय गारद होतात? अर्थातच जिथं त्यांच्याकडून खूप जास्त अपेक्षा केली जाते किंवा जिथं संबंधित स्पर्धेला खूप जास्त महत्त्व दिलं जातं, तिथं हे खेळाडू कमी पडतात.

आता ‘आपले खेळाडू मानसिकदृष्ट्या कमकुवत आहेत म्हणून असं होतं’ किंवा ‘आपल्या खेळाडूंमध्ये विजिगीषू वृत्ती (किलर इन्स्टिन्क्ट) नसल्यामुळे हे घडतं’ अशा प्रकारच्या सबबी समोर करणं पुरे झालं. जर हे खरं असेल आणि खेळाडू मानसिकदृष्ट्या कमकुवत असतील तर ते आंतरराष्ट्रीय पातळीवरच्या अशा स्पर्धांमध्ये सहभागीच होऊ शकणार नाहीत. तसंच आपल्या खेळाडूंची शारीरिक क्षमता आणि तंदुरुस्ती यांच्यात खूप सुधारणा झाल्या आहेत. अत्याधुनिक तांत्रिक कौशल्यंही त्यांच्या दिमतीला असतं. सायना आणि सिंधू या दोघी जगातल्या सर्वोत्तम खेळाडूंना नियमितपणे पराभूत करतात. असं असूनही गेल्या वर्षीच्या ‘ऑल इंग्लंड’ आणि ‘वर्ल्ड चॅम्पियनशिप’ या स्पर्धांमध्ये व आता ऑलिम्पिक्समध्ये अशा तिन्ही वेळी अंतिम सामन्यात मारिननं आपल्या खेळाडूंचा पराभव केला, हे लक्षात घेतलं पाहिजे.

सहज उदाहरण म्हणून गेल्या वर्षीच्या फेब्रुवारी महिन्यातल्या ‘जर्मन ओपन’ स्पर्धेचा उल्लेख करतो. कोरियाच्या सुंग जी ह्यून हिनं अंतिम सामन्यात अगदी सहजपणे निष्प्रभ ठरलेल्या मारिनचा पराभव केला. तरीसुद्धा यानंतर काही दिवसांनंतरच असलेल्या ऑल इंग्लंड स्पर्धेसाठी मारिननं स्वतःची भरभक्कम मानसिक तयारी केली. या स्पर्धेच्या अंतिम सामन्यात पहिला गेम हरूनसुद्धा मारिननं सायनाचा पराभव केला.

अशा प्रकारे कुठल्याही परिस्थितीत हार न मानण्याची आणि विलक्षण झुंज देत प्रतिस्पर्ध्यावर मात करण्याची मारिनची कणखर मानसिकता माझ्या मते अत्यंत महत्त्वाची आहे. आपल्या देशातल्या या विषयाच्या अभ्यासकांनी, तसंच अशी परिस्थिती स्वतः अनुभवलेल्या मंडळींनी या मानसिकतेचा अभ्यास करणं आवश्यक आहे. तसंच सर्वोच्च पातळीवर खेळणाऱ्या खेळाडूंनी याकडे दुर्लक्ष न करता स्वतःमध्ये अशी मानसिकता कशी बिंबवता येईल, यासाठी प्रयत्न केले पाहिजेत. हा अतिशय सूक्ष्म आणि सहजपणे लक्षात न येणारा मुद्दा आहे. म्हणूनच सर्वसाधारणपणे शक्य तितका सराव करायचा आणि शेवटी सगळं व्यवस्थितपणे पार पडेल अशी आशा बाळगायची, अशी आपल्या खेळाडूंची वृत्ती बनलेली असते. सातत्यानं जर आपल्याला मोक्याच्या क्षणी अपयश येत असेल तर त्यामागची कारणं तपासून त्यामधले दोष दूर करणं आवश्यक ठरतं. हे मला अगदी ठळकपणे सांगावंसं वाटतं.

कारण सायना आणि सिंधू यांनी इतर सामन्यांमध्ये अनेकदा मारिनचा पराभव केला आहे.

दुसऱ्या एका मुद्द्याचा मला आवर्जून उल्लेख करावासा वाटतो. अंतिम सामना होण्याआधीच रौप्यपदक जिंकल्याप्रीत्यर्थ भारतीय माध्यमं सिंधूवर कौतुकाचा वर्षाव करताना दिसत होती. आपली ही मानसिकता पूर्णपणे बदलणं खूप आवश्यक आहे. जेव्हा आपण काहीतरी खास साध्य करतो तेव्हा आपण तृप्त होतो आणि अजूनही एक शेवटचं पाऊल टाकायचं बाकी आहे, याकडे सहजपणे दुर्लक्ष करतो. फक्त बॅडमिंटनमध्येच नव्हे, तर इतर सगळ्या खेळांमध्येही आपल्याला हेच चित्र दिसतं.

बक्षिसांचा वर्षाव

रिओ ऑलिम्पिकमध्ये उपविजेती ठरलेल्या रौप्यपदक विजेत्या सिंधूवर भारतामध्ये बक्षिसांचा नुसता पाऊस पडला. त्यांची ही यादीच पुरेशी बोलकी आहे :

- तेलंगण सरकारनं सिंधूला पाच कोटी रुपये रोख रक्कम बक्षीस म्हणून देणार असल्याचं जाहीर केलं. याखेरीज १००० यार्ड जमीन तिला भेट म्हणून देण्यात आली. शिवाय गोपीचंदला एक कोटी रुपयांचं बक्षीस देण्यात आलं.

- आंध्र प्रदेश सरकारनं सिंधूला तीन कोटी रुपये आणि १००० यार्डांचं घर असं बक्षीस दिलं. याशिवाय आंध्र प्रदेश सरकारमध्ये 'क्लास वन ऑफिसर' म्हणून तिची पदनियुक्ती करण्यात आली. याखेरीज गोपीचंदला ५० लाख रुपयांचं बक्षीस देण्यात आलं.

- दिल्ली सरकारनं सिंधूला दोन कोटी रुपयांचं बक्षीस देणार असल्याचं जाहीर केलं.

- हरयाणा सरकारनं सिंधूला ५० लाख रुपयांचं बक्षीस देणार असल्याचं जाहीर केलं.

- २०१३ सालच्या जुलै महिन्यापासून भारत पेट्रोलियम कंपनीमध्ये क्रीडा विभागात सहायक व्यवस्थापक म्हणून नावापुरती कामाला

असलेली सिंधू आता वरच्या पदावर असेल. म्हणजेच तिला बढती मिळेल असं तेल मंत्रालयानं जाहीर केलं. याखेरीज या मंत्रालयातर्फे तिला ७५ लाख रुपयांचं बक्षीस जाहीर करण्यात आलं.

- मध्य प्रदेश राज्य सरकारनं सिंधूला ५० लाख रुपयांचं बक्षीस जाहीर केलं.
- महाराष्ट्र राज्य सरकारनं सिंधूला ७५ लाख व प्रशिक्षक गोपीचंदला २५ लाख रुपयांचं बक्षीस जाहीर केलं.

सिंधूचा पराक्रम

'स्पोर्ट्सस्टार' या उत्कृष्ट क्रीडा साप्ताहिकामध्ये राकेश राव यांनी लिहिलेल्या लेखाचा स्वैर सारांश वाचण्यासारखा आहे : ऑलिम्पिकमध्ये पदकं मिळवणाऱ्या खेळाडूंची वानवा असलेल्या आणि म्हणूनच पदकांची भूक असलेल्या भारत देशाला पी.व्ही. सिंधूची स्वप्नवत सफर अगदी हवीहवीशी वाटणारी आहे. आपल्या गुडघ्याची दुखापत बरी झालेली नसतानाच सायना नेहवाल या स्पर्धेत खेळली आणि तिला याचा चांगलाच फटका बसला. सिंधूनं मात्र आपल्या अभूतपूर्व गुणांचं प्रदर्शन करून सगळ्यांचं मन जिंकलं. महिलांच्या कुस्तीमध्ये कांस्यपदक जिंकून साक्षी मलिकनं भारताचा पदकांचा दुष्काळ संपवून जेमतेम अठरा तास झालेले असतानाच सिंधूनं बॅडमिंटनच्या अंतिम फेरीत प्रवेश केला आणि आणखी एका पदावर मोहोर उमटवली. सिंधू पहिल्या गेममध्ये १६-१९ अशा पिछाडीवर असतानासुद्धा तिनं मुसंडी मारून पहिली गेम जिंकली, पण त्यानंतर मात्र कॅरोलिना मारिन या स्पेनच्या खेळाडूनं आपला दर्जा दाखवून दिला आणि सिंधूचा पराभव केला.

सिंधूला उपविजेतेपदावर समाधान मानावं लागलं खरं; पण तिच्या खेळानं सगळ्यांची मनं जिंकून घेतली. आपल्या खेळामधले कच्चे दुवे शोधून काढून त्यावर काम करत सिंधूनं आता अष्टपैलुत्वाकडे वाटचाल सुरू केली आहे. सिंधूच्या खेळात सातत्याचा अभाव असल्याची टीका होत असे. आता

सिंधूनं त्या उणिवांवर मात केल्याचं दिसून येतं. सिंधूनं सगळ्या आघाडीच्या खेळाडूंना प्रत्येकी किमान दोन वेळा हरवलं असलं तरीसुद्धा तिच्या खेळात चढउतार दिसायचे. सलगपणे विजय मिळवणं किंवा स्पर्धा जिंकणं तिला जमत नसे. आता त्यात बदल होताना दिसतो आहे. रिओ ऑलिम्पिक स्पर्धेत सिंधूनं एकाहून एक सरस खेळाडूंवर विलक्षण तडफेनं मात केली. आपल्याहून उच्च मानांकित असलेल्या खेळाडूंना पराभूत करण्याची किमया सिंधूनं केली खरी; पण तिच्या खेळातला खरा 'टर्निंग पॉइंट' उपउपांत्यपूर्व सामन्यात आला. मिशेल ली या कॅनडाच्या खेळाडूला तिनं या सामन्यात तीन गेम्सच्या खेळात पराभूत केलं. २०१४ सालच्या ग्लासगो 'कॉमनवेल्थ स्पर्धे'मध्ये लीनं सिंधूला दोन वेळा पराभूत केलं होतं. आता लीवर मात करून सिंधूनं आपण बाजी पलटवत असल्याचं दाखवून दिलं. आपलं शरीर आणि आपलं मन आता मोठी आव्हानं पेलण्यासाठी तयार असल्याचं सिंधूच्या खेळातून दिसत होतं. तिच्या खेळामध्ये आणि देहबोलीमध्ये खूप मोकळेपणा दिसत होता. ती अत्यंत आत्मविश्वासानं सगळीकडे वावरत होती. आपण या ठिकाणी अगदी हक्कानं आलेलो असल्याचं आणि कुणासमोरही आपण हार मानणार नसल्याचं अगदी स्पष्टपणे दिसत होतं.

आता पुढे येणारं आव्हान स्वीकारून सामने जिंकण्यासाठी सिंधू एकदम तयार असल्याचं दिसत होतं. संधी मिळताच आपण प्रतिस्पर्ध्याला नमवणार असल्याचं सिंधू सगळ्यांना सिद्ध करून दाखवत होती. खूप उंच असूनसुद्धा सिंधूच्या कोर्टवरच्या हालचाली अत्यंत वेगवान होताना दिसत होत्या. आपल्यामध्ये नव्यानं आलेला आक्रमकपणा आणि विलक्षण स्फूर्तीनं खेळण्याची जोड यांमुळे सिंधूचा खेळ काही औरच होत होता. इतके दिवस सिंधू ऑलिम्पिकमध्ये पदक जिंकू शकेल असं कुणी म्हणतसुद्धा नव्हतं; पण आता मात्र चित्र पार बदललं. इतके दिवस जागतिक पातळीवरच्या सर्वोच्च स्पर्धांमध्ये दोन वेळा पदकं जिंकूनसुद्धा सिंधूवर सायनाचीच

छाया होती. तोवर सायना नेहवाल हाच भारतीय महिला बॅडमिंटनचा चेहरा होता. सिंधूचं नाव अगदी अपवादानंच घेतलं जाई आणि तेसुद्धा सायनानंतर कधीतरी घेतलं जाई. आता मात्र सिंधूचं नाव देशभरच नव्हे, तर आंतरराष्ट्रीय पातळीवरसुद्धा घेतलं जातं.

जागतिक पातळीवर दहावी मानांकित असलेली सिंधू रिओ ऑलिम्पिक स्पर्धेमध्ये सुरुवातीला नवव्या मानांकनावर होती. साहजिकच सिंधूकडून कुणाला फार अपेक्षा नव्हत्या. लवकरच यात बदल झाला. अत्यंत चपळ आणि ताकदवान चिनी खेळाडूंना नमवायचं असेल तर सिंधूला प्रचंड वेग आणि शक्ती यांची गरज होती. इतके दिवस या गोष्टींचा सिंधूमध्ये अभाव जाणवत असे. रिओत मात्र सिंधूमध्ये ही गुणवैशिष्ट्यं अगदी उघडपणे दिसत होती. सिंधूच्या कोर्टवरच्या हालचाली बघून तिचा प्रशिक्षक गोपीचंद यानं तिच्या पायांमध्ये ताकद यावी यासाठी खूप मेहनत घेतली असणार, हे स्पष्ट दिसत होतं. अत्यंत कठोर प्रशिक्षक म्हणून ओळखल्या जाणाऱ्या गोपीचंदकडे वयाच्या आठव्या वर्षापासून मेहनत घेणाऱ्या सिंधूला आता एकविसाव्या वर्षी आपल्या तपश्चर्येची फळं मिळाल्याचं दिसत होतं. इतके दिवस 'सिंधूची अजून सर्वोच्च पातळीवर विजेती होण्याइतकी तयारी झालेली नाही... तिनं आपल्या फटक्यांमध्ये जोर आणला पाहिजे... त्यानंतर मात्र तिची खरी क्षमता जगासमोर येईल...' असं स्वतः गोपीचंद म्हणत असे. बऱ्याच लोकांना त्याविषयी गूढ वाटे. गोपीचंदच्या म्हणण्याचा खरा अर्थ आता समजला. रिओमधल्या सिंधूला बघून तिची खरी क्षमता काय आहे, हे लोकांना समजलं असेल. तीन दिवसांमध्ये पहिल्या दहा मानांकित खेळाडूंपैकी तीन खेळाडूंना हरवून सिंधूनं जगासमोर आपला प्रभाव दाखवला. खास करून ताई त्झू-यिंग या चिनी खेळाडूबरोबरच्या सामन्यात सिंधूनं लोकांच्या कायम स्मरणात राहील अशी आपली कामगिरी नोंदवली. सायनाबरोबरच्या सलग सहा सामन्यांमध्ये त्झू-यिंगनं विजय मिळवला होता; पण या खेपेला सिंधूनं मात्र

तिच्यावर मात केली. प्रतिस्पर्धी खेळाडूला चकवत ठेवण्याची आणि तिची फसगत होईल अशी खेळण्याची त्झू-यिंगची खासीयत आहे. या खेपेला मात्र सिंधूनं तिच्यावर जोरदार हल्ला केला. त्झू-यिंगचे फ्लिक्सचे फटके प्रतिस्पर्ध्यांना बेजार करतात; पण सिंधूनं तिला या सामन्यात तशी संधीच दिली नाही. यापाठोपाठ सिंधूचा मुकाबला वँग यिहान या चीनच्या दुसऱ्या मानांकित खेळाडूशी होता. २०१२ सालच्या लंडन ऑलिम्पिक स्पर्धेत उपविजेत्या असलेल्या यिहानला यंदा विजेतेपद पटकावण्याची जोरदार आशा होती. सिंधूनं मात्र आपला खेळ प्रचंड उंचावला आणि यिहानवर मात केली. अशा प्रकारे सलग दोन अटीतटीचे सामने जिंकून सिंधूनं आपल्या दर्जाची चुणूक दाखवली. खरं म्हणजे वेग हा चिनी खेळाडूंमधला अत्यंत मोठा गुण समजला जातो; पण या खेपेला सिंधूनं या वेगालाही मात दिली. अत्यंत चपळाईनं हालचाली करून आणि जोरकस फटके मारून सिंधूनं विजय मिळवला.

सिंधूला गवसलेला सूर बघता उपांत्य सामन्यात ती विजयी ठरून भारताला पदक मिळवून देणार अशी आशा सगळ्यांना वाटत होती. चांगला सूर गवसलेल्या जपानच्या नोझोमी ओकुहाराशी आता सिंधूची लढत होती. जागतिक पातळीवर सहावं मानांकन असलेल्या ओकुहाराबरोबरच्या लढतीत सिंधूनं नियंत्रण मिळवलं. दुसऱ्या गेमचा पहिला पॉइंट सिंधूनं गमावला खरा; पण त्यानंतर ओकुहारानं ३-३ अशी बरोबरी साधली. त्यानंतर १०-१० अशी अटीतटीची परिस्थिती उद्भवली. पण त्यानंतर सलग ११ गुण जिंकून सिंधूनं अंतिम फेरीत धडक मारली.

जगातल्या सर्वोत्तम खेळाडूकडून हार पत्करण्यात कसलीच लाज बाळगता कामा नये. साहजिकच मारिनकडून पराभूत झालेल्या सिंधूच्या नावाला अजिबातच गालबोट लागलं नाही. मारिन या डावखुऱ्या खेळाडूचा खेळ प्रतिस्पर्ध्याला पार गोंधळात टाकणारा ठरतो. मारिनच्या कमालीच्या कौशल्यपूर्ण

खेळामुळे सिंधूनंही आपला खेळ अधिकाधिक उंचवला. अगदी सर्वोच्च पातळीची कामगिरी या दोघींनीही करून दाखवली. भारताला मिळालेल्या या पहिल्या रौप्यपदकाचा उचित गौरव झाला पाहिजे. तसंच बारा दिवस एकही पदक न मिळाल्यामुळे निराश झालेल्या भारतीय गोटामध्ये या पदकामुळे चांगलाच उत्साह निर्माण झाला.

गेलं दशकभर भारतीय बॅडमिंटनला सायनानं दिशा दिली; आता भविष्यातल्या यशाचा मार्ग सिंधू आखणार , असं स्पष्टपणे दिसतं आहे.

महत्त्वाची गोष्ट म्हणजे ऑलिम्पिकमधल्या यशामुळे तसंच त्यानंतरच्या सत्कारसमारंभांमुळे सिंधूच्या खेळावर विपरित परिणाम झाल्याचं मात्र आढळून आलं नाही. अनेकदा कमी वयात यश मिळाल्यानंतर ते टिकवून धरणं अत्यंत अवघड असल्याचं आपल्याला आढळून आलेलं आहे. फक्त क्रीडा क्षेत्रातच नव्हे; तर इतरही अनेक क्षेत्रांमध्ये संबंधित माणसाला आपलं भान राखणं आणि यश डोक्यात जाऊ न देणं जमलेलं नसल्याचं वारंवार दिसून आलं आहे. या पार्श्वभूमीवर ऑलिम्पिकमधल्या यशानंतर सिंधूच्या वाटेला आलेल्या गौरवांची तशी जरा भीतीच वाटत होती. तिचा सराव सुरू आहे ना; तिच्या नजरेसमोर पुढची लक्ष्यं आहेत ना; ती ऑलिम्पिकमधल्या यशामुळे आपल्या कामगिरीमधलं सातत्य तर गमावून बसणार नाही ना अशा अनेक गोष्टींची सुप्त भीती तिच्या चाहत्यांच्या मनात घर करायला लागली होती. म्हणूनच एखाद्या मोठ्या स्पर्धेत सिंधूनं यश मिळवून दाखवणं तिच्याच नव्हे तर सगळ्याच देशवासीयांच्या दृष्टीनं महत्त्वाचं बनलं होतं.

'चायना ओपन'ची कामगिरी

२०१६ सालच्या नोव्हेंबर महिन्यात 'चायना ओपन' स्पर्धा होती. ही 'सुपर सीरिज' स्पर्धेचा भाग असते. जसं टेनिसमध्ये 'ग्रँड स्लॅम' असतं तसंच बॅडमिंटनमध्ये 'सुपर सीरिज'चं स्थान आहे. म्हणजेच टेनिसमध्ये जसं ऑस्ट्रेलियन ओपन, यूएस ओपन, फ्रेंच ओपन आणि

विम्बल्डन या चार सगळ्यात महत्त्वाच्या स्पर्धा मानल्या जातात तसं बॅडमिंटनच्या दर वर्षी एकंदर पाच 'सुपर सीरिज' स्पर्धा होतात. त्या इंग्लंड, मलेशिया, इंडोनेशिया, डेन्मार्क आणि चीन इथे होतात. या 'सुपर सीरिज'मध्ये सिंधूला या स्पर्धेपर्यंत एकदाही विजेतेपद मिळवता आलं नव्हतं. २०१५ सालच्या डेन्मार्कमधल्या 'सुपर सीरिज'च्या अंतिम सामन्यात तिला पराभव पत्करावा लागल्यामुळे विजेतेपदाची संधी तिच्या हातून अगदी थोडक्यात निसटली होती. तसंच ऑलिम्पिकमधल्या विक्रमी कामगिरीनंतर सिंधूला मोठं विजेतेपद मिळू शकलं नव्हतं. ऑक्टोबर महिन्यातल्या डेन्मार्क ओपन आणि फ्रेंच सुपर सीरिज स्पर्धा यांच्या दुसऱ्याच फेरीत सिंधूला पराभवाचा सामना करावा लागला होता. साहजिकच सिंधूच्या कामगिरीला ओहोटी लागल्याची चर्चा जोर पकडायला लागली होती.

'सुपर सीरिज' स्पर्धेमध्ये विजेतेपद मिळवण्याच्या अभिमानास्पद कामगिरीबरोबरच सिंधूनं 'चायना ओपन' स्पर्धा जिंकण्याचाही पराक्रम अर्थातच केला. हे विजेतेपद खूप मानाचं समजलं जातं. २०१४ साली सायना नेहवालनं ही स्पर्धा जिंकली होती. सिंधू असा पराक्रम करणारी दुसरी भारतीय महिला बॅडमिंटनपटू ठरली. पुरुषांमध्ये २०१४ सालीच किदंबी श्रीकांतनं या स्पर्धेमधलं आजवरचं एकमेव भारतीय पुरुष विजेतेपद पटकावलं आहे. तसंच २०१५ साली या स्पर्धेच्या अंतिम सामन्यात सायना नेहवालचा पराभव झाला नसता तर सलग दोन वेळा ही स्पर्धा जिंकण्याचा अभूतपूर्व पराक्रम तिच्या हातून घडला असता. २०१६ सालच्या 'चायना ओपन'मध्ये मात्र आपल्या दुखापतीवर उपचार घेतल्यानंतर पुनरागमन करण्याच्या प्रयत्नात असलेल्या सायनाचा पहिल्याच फेरीत पराभव झाला.

या विजयामुळे सून यू या जगातल्या नवव्या मानांकित चिनी खेळाडूच्या विरुद्ध खेळताना सतत दोन वेळा अपयशाचा सामना करावा लागलेल्या सिंधूनं आपल्या पराभवांची हॅटट्रिक होण्याचं टाळलं. गेल्या दोन वेळा सून यूनं तिला हरवलेलं असल्यामुळे मोठी जिद्द मनाशी बाळगून सिंधूनं तिला हरवलं. आता दोघांमध्ये झालेल्या सहा

सामन्यांमध्ये ३-३ अशी अत्यंत तुल्यबळ आकडेवारी झाली आहे. या सामन्यात सिंधूनं २१-११ अशी आघाडी घेतल्यानंतर यूनं २१-१७ अशा गुणफरकानं बरोबरी साधली. पुन्हा एकदा ऑलिम्पिकप्रमाणेच सिंधू सामना गमावणार अशी भीती वाटत असताना सिंधूनं यापाठोपाठ २१-११ अशी बाजी मारून ६९ मिनिटं चाललेला हा सामना खिशात टाकला. हा विजय आपल्याला खूप समाधान देणारा असल्याचं आणि मुख्य म्हणजे आपण ऑलिम्पिक स्पर्धेनंतर पुन्हा काही भव्यदिव्य करून दाखवू शकणार आहोत का नाही या भीतीतून बाहेर काढणारा असल्याचं सिंधू म्हणाली. सगळेच जण तिला या मुद्यावरून भंडावून सोडत असल्याचा दबाव तिच्या विधानांमधून स्पष्टपणे दिसून आला.

अर्थातच इथे न थांबता नजीकच्या काळामधल्या जास्तीत जास्त स्पर्धा जिंकण्याचं उद्दिष्ट सिंधूनं आपल्या मनाशी बाळगलं आहे हे वेगळं सांगायला नकोच!

■

■ नऊ

पुढचा प्रवास

२५ ऑगस्ट २०१६ रोजीच्या आपल्या मुलाखतीत सिंधूनं भविष्यामधल्या आपल्या संकल्पाविषयी काही मतं मांडली. २०१५ सालच्या 'डेन्मार्क ओपन सुपरसीरीज' स्पर्धेत उपविजेत्या ठरलेल्या सिंधूनं यंदाच्या या स्पर्धेत विजेतेपद मिळवण्यासाठी प्रयत्न करणार असल्याचं सांगितलं. अर्थातच जगातल्या सर्वोच्च मानांकनावर पोचणं हे आपलं लक्ष्य असल्याचं तिनं स्पष्ट केलं. सिंधूची ही महत्त्वाकांक्षा खूप मोठी आहे, यात शंका नाही. दहाव्या

स्थानावरून पहिल्या क्रमांकापर्यंत झेप मारणं ही जवळपास अशक्यप्राय गोष्ट आहे. आपण जर एकामागून एक स्पर्धा जिंकत राहिलो तर आपोआपच पहिल्या मानांकनापर्यंत पोचू याची आपल्याला जाणीव असल्याचं सांगून सिंधूनं यासाठी प्रयत्न चालू ठेवले तरी पुरेसं असल्याचं सांगितलं. हे काम किती अवघड आहे आणि यासाठी आपल्याला किती मेहनत घेणं गरजेचं आहे याची आपल्याला कल्पना असल्याचं सिंधूनं स्पष्ट केलं. आपल्यामध्ये पूर्वी आत्मविश्वास नव्हता आणि शिवाय आपल्याला वारंवार दुखापतींचा सामनाही करावा लागला, असं सांगून सिंधूनं त्यात बदल घडवण्यासाठी आपण खूप झगडा दिला असल्याचं सांगितलं. आपल्याला आपल्या खेळामध्ये विशिष्ट प्रकारची सुधारणा करायची गरज वाटत नसली तरी सगळ्याच अंगांनी बदल करणं आवश्यक असल्याचं ती म्हणाली.

ऑलिम्पिक स्पर्धेमध्ये रौप्यपदक जिंकल्यामुळे सिंधूवरच्या अपेक्षा खूप वाढल्या आहेत. परिणामी तिच्यावरचा दबाव वाढला असणार यात शंका नाही. तरीसुद्धा सिंधू आपल्यावर असा खास दबाव नसल्याचं मत मांडते. आपली तयारी चांगली झाली तर आपण स्पर्धा जिंकत राहू आणि आपोआपच दबावाचा प्रश्न उपस्थित होणार नाही, असं सिंधू म्हणते. प्रत्येक सामना नवा असतो आणि त्यामधलं आव्हान वेगळं असतं, असं म्हणून त्या दृष्टीनं आपली तयारीसुद्धा बदलेल असं सिंधूनं सांगितलं.

सिंधूनं रिओ ऑलम्पिक स्पर्धेत रौप्यपदक मिळवल्यामुळे आपोआपच लोकांच्या गोपीचंदच्या अकादमीकडून असलेल्या अपेक्षांमध्ये प्रचंड वाढ झाली आहे. २०१२ मध्ये सायना नेहवालनं लंडनमध्ये मिळवलेलं यश आणि त्यापाठोपाठ रिओमध्ये २०१६ मध्ये सिंधूनं केलेला पराक्रम यानंतर २०२० सालच्या ऑलिम्पिकमध्ये गोपीचंदच्या अकादमीमधला पुढचा कुठला खेळाडू चमक दाखवणार, असा प्रश्न आत्तापासूनच गोपीचंदला वारंवार विचारला जातो. अनेक खेळाडूंनी स्वतःहून २०२०च्या ऑलिम्पिकमध्ये आपल्याला सिंधूसारखी कामगिरी करून दाखवायची असल्याचं सांगितलं. म्हणजेच सायना आणि सिंधू यांच्यापाठोपाठ आपण जागतिक पातळीवर सर्वोत्तम ठरू शकतो किंवा त्याच्या जवळपास पोचू शकतो, असा आत्मविश्वास आता अगदी नवोदित भारतीय खेळाडूंमध्ये आलेला आहे. अर्थातच गोपीचंदची अकादमी आणि त्यात प्रशिक्षण घेणारे तरुण-तरुणी यांच्या मेहनतीचा आणि चिकाटीचा हा विजय आहे. असा आत्मविश्वास पूर्वी भारतीय

खेळाडूंमध्ये अगदी अभावानंच दिसत असे. आपण खूप मेहनत घेतली आणि चिवटपणे सराव करत राहिलो, तर आपल्याला काहीही अशक्य नाही, अशी दृष्टी सायना आणि सिंधू या उदाहरणांच्या रूपानं आपल्यासमोर आहे.

अत्यंत महत्त्वाची गोष्ट म्हणजे ऑलिम्पिक स्पर्धेत सिंधूनं मिळवलेल्या यशामुळे स्वतः सिंधू किंवा गोपीचंद अजिबातच हुरळून गेलेले नाहीत. त्यांचे पाय जमिनीवरच आहेत. उलट, सिंधूला रिओमध्ये मिळालेल्या यशामुळे आता परदेशाचे खेळाडू आणि खास करून चिनी खेळाडू सिंधूच्या खेळाचा बारकाईनं अभ्यास करणार आणि त्यामधले कच्चे दुवे हेरून तिच्यावर मात करण्याचा प्रयत्न करणार, याची जाणीव अत्यंत हुशार असलेल्या गोपीचंदला आहे. त्यामुळे सिंधूचा खेळ आणखी चांगला व्हावा; तसंच त्यामधले दोष दूर करण्यासाठी प्रयत्न करत राहावेत, हाच त्याच्या दृष्टीनं महत्त्वाचा मुद्दा आहे. तसंच सिंधूला मिळालेल्या यशानंतर भारतामध्ये सिंधू आणि गोपीचंद तसंच त्यांचे सहकारी यांचं झालेलं जंगी स्वागतही महत्त्वाचं आहे. यातून फक्त क्रिकेटलाच नव्हे, तर इतर खेळांनासुद्धा भारत महत्त्व देतो, असा संदेश सगळ्यांपर्यंत पोचला. त्यामुळे इतर खेळांशी संबंधित असलेले खेळाडूसुद्धा जास्त मनापासून आपल्या खेळावर मेहनत घेताना दिसतात. पूर्वी असं चित्र अगदी अपवादानं दिसत असे. क्रिकेटला अजूनही प्रमाणाबाहेर महत्त्व असलं आणि इतर खेळांच्या तुलनेत ते विनाकारणच जास्त असलं, तरी आता इतर खेळांमध्ये जागतिक पातळीवर यश मिळवणाऱ्यांची कदर तरी होते, असं दिसून येतं.

रिओ ऑलिम्पिकच्या संदर्भातला एक महत्त्वाचा मुद्दा म्हणजे आधीच्या काही स्पर्धांपूर्वी सिंधूला तयारीसाठी जरा कमी वेळ मिळत होता. परिणामी तिच्या खेळामधल्या चुका दुरुस्त करणं, दुखापतींमधून सावरणं आणि एकूणच तिची शारीरिक क्षमता सर्वोच्च पातळीवर नेणं, या गोष्टी साधताना गोपीचंदची दमछाक होत असे. सिंधूचाही याला इलाज नव्हता. एकामागून एक स्पर्धांमधून सहभागी होत राहण्यावाचून तिच्यासमोर दुसरा पर्यायच नव्हता. याचा परिणाम तिच्या खेळावर आणि सामन्यांच्या निकालावर होत असे. ऑलिम्पिक स्पर्धेआधी मात्र सिंधूला सराव करण्यासाठी आणि शारीरिक तंदुरुस्ती वाढवण्यासाठी खूप वेळ मिळाला. याचा फायदा घेऊन शारीरिक आणि मानसिक अशा दोन्ही बाबतींमध्ये ती जवळपास सर्वोत्तम

पातळीवर जाऊन पोचली. सायना नेहवाल मात्र आपल्या गुढघ्याची दुखापत बरी झालेली नसतानाच रिओमध्ये खेळली आणि तिचा दारुण पराभव झाला.

रिओ ऑलिम्पिकमध्ये प्रथमच सिंधू आपल्या प्रतिस्पर्ध्याच्या आक्रमकतेला प्रत्युत्तर देताना दिसली. इतके दिवस सिंधू कोर्टवर बुजल्यासारखी असायची. प्रतिस्पर्धी खेळाडूनं आक्रमकरीत्या हातवारे केले किंवा आरडाओरडा केला की, त्याचा परिणाम सिंधूच्या खेळावर दिसत असे. आता मात्र सिंधूनं मानसिकदृष्ट्या कणखर होण्यासाठी खूप मेहनत घेतली. त्याशिवाय शारीरिकदृष्ट्या ती खूपच तंदुरुस्त असल्यामुळे तिच्यामध्ये आपोआपच प्रतिस्पर्ध्याच्या आक्रमणाला तोडीस तोड उत्तर देण्याचा आत्मविश्वास निर्माण झाला. याचं प्रात्यक्षिक अंतिम सामन्यात बघायला मिळालं. मारिन वारंवार आरडाओरडा करत होती आणि आपण पूर्ण ताकदीनिशी खेळत असल्याचं सिंधूला दाखवून देत होती. या खेपेला सिंधूनं गप्प राहून किंवा मान खाली घालून मारिनचा आरडाओरडा सहन केला नाही. गरज वाटली तेव्हा तीसुद्धा स्वतःला प्रोत्साहित करण्यासाठी चीत्कारत होती. तसंच मारिननं अखिलाडू वृत्तीचं प्रदर्शन करण्याचा प्रयत्न केल्यावर लगेचच सिंधू ते पंचाच्या निदर्शनास आणून देत होती.

गोपीचंदनं सिंधूच्या खेळाविषयी बोलताना एक अत्यंत महत्त्वाचं विधान केलं. ते म्हणजे, सिंधूच्या खेळात त्याला स्वतःचा खेळ दिसतो. एका उत्कृष्ट खेळाडूनं आणि त्याहूनही उत्कृष्ट प्रशिक्षकानं असं विधान करावं यातच सिंधूच्या खेळाचा दर्जा आपल्याला समजेल. गोपीचंद सहजासहजी कुणाची तारीफ करत नाही. स्पष्ट बोलणं आणि कुणाचंच प्रमाणाबाहेर कौतुक न करणं अशी त्याची ख्याती आहे. अशा गोपीचंदनं सिंधूविषयी असे गौरवोद्गार काढावेत, ही अतिशय सुखावणारी गोष्ट आहे. पूर्वी एकदा सर डॉन ब्रॅडमनना एका माणसानं असाच प्रश्न विचारला होता. अलीकडच्या काळातल्या फलंदाजांपैकी कुणाला बघून ब्रॅडमनना आपल्या खेळाची आठवण होते असा तो प्रश्न होता. त्याला उत्तर देताना ब्रॅडमननी सचिन तेंडुलकरचं नाव घेतलं होतं. त्याच धर्तीवर भारताच्या आजवरच्या सर्वोत्तम बॅडमिंटनपटूंपैकी एक म्हणून आणि निर्विवादपणे सर्वोत्तम प्रशिक्षक म्हणून ओळखल्या जाणाऱ्या गोपीचंदनं अशा प्रकारचा प्रश्न विचारलेला नसतानाही स्वतःहून सिंधूच्या खेळामध्ये आपला खेळ दिसत असल्याचं सांगून तिच्या

खेळाला वेगळा दर्जाच मिळवून दिला आहे. सिंधूमध्ये दिसणारी लढाऊ वृत्ती आणि अवघड परिस्थितीतून मोठ्या जिद्दीनं मात करण्याची तिची धडपड या गोष्टींवर आपणही पूर्वी खेळाडू असताना खूप भर देत असल्याचं गोपीचंद म्हणाला.

अर्थातच सायना किंवा सिंधू यांसारखे खेळाडू घडवण्यासाठी गोपीचंदला काय त्याग करावा लागतो आणि किती मेहनत घ्यावी लागते याची, आपण फक्त कल्पनाच करू शकतो. अविरत परिश्रम, कितीही संकटं आली तरी डगमगून न जाणं आणि एका दिवसाचाही अपवाद न करता दररोज अनेक तास एकच लक्ष्य नजरेसमोर ठेवून त्याचा पाठलाग करणं अजिबात सोपं नाही. गोपीचंदनं सगळ्या वैयक्तिक मोहांवर आणि सरळसोट आयुष्य जगण्याच्या पर्यायावर फुली मारून हा अवघड मार्ग निवडला आहे. त्यातून आपल्याला सायना आणि सिंधू यांच्यासारखे तारे झळकताना दिसत आहेत. भारतानं खेळाडू शोधण्याची मोहीम शालेय वयापासून सुरू केली तरच असे खेळाडू मिळू शकतात. या खेळाडूंवर रात्रंदिवस मेहनत घेणं आणि त्यांनी आपल्या लक्ष्यापासून काही झालं तरी दूर जाता कामा नये यासाठी त्यांच्या कुटुंबालाही या योजनेत सामील करून घेणं आवश्यक आहे. चिनी खेळाडू ऑलिम्पिक स्पर्धांमध्ये इतकी पदकं का मिळवतात, या प्रश्नाचं उत्तरही काही अंशी यातच दडलेलं आहे.

अनिरुद्ध माधवन यांनी 'द वीक' या साप्ताहिकाच्या २८ ऑगस्ट २०१६ च्या अंकात लिहिलेल्या लेखात आपले डोळे खाडकन उघडतील अशी माहिती दिली आहे. भारतामध्ये केंद्र आणि राज्य सरकारं ही एकत्रितरीत्या खेळांवर दररोज दरडोई तीन पैसे खर्च करतात. अमेरिकेमध्ये हा आकडा २२ रुपये इतका आहे तर इंग्लंडमध्ये तो पन्नास पैसे असा आहे! तसंच खासगी क्षेत्राचा भारतीय क्रीडा क्षेत्राशी तसा फारसा संबंध नाही. खेळांच्या प्रगतीसाठी जे काही करायचं ते सरकारच्या वतीनंच होतं. परदेशात मात्र अनेक खासगी कंपन्या खेळांशी जोडल्या गेल्या आहेत. खेळांवर ते प्रचंड मोठ्या रकमा खर्च करतात. अर्थातच याच्या मोबदल्यात त्यांना जाहिरातींपासून इतर अनेक फायदेही मिळतात. अमेरिकेची ऑलिम्पिक संघटना तर पूर्णपणे खासगी आहे. ती ना नफा-ना तोटा तत्त्वावर खासगी मदतीनं चालवली जाते. ती सरकारकडून अजिबात आर्थिक मदत घेत नाही! 'यूएसए टुडे'

या वर्तमानपत्राच्या एका बातमीनुसार २०१४-१५ मध्ये युनिव्हर्सिटी ऑफ टेक्सासला देणग्या आणि फुटबॉलचे सामने आयोजित केल्यानंतर विक्री झालेल्या तिकिटांमधून मिळालेलं उत्पन्न तब्बल १९.२० कोटी डॉलर्स म्हणजे साधारण ११५० कोटी रुपये एवढं होतं. भारत देशानं २०१६-१७च्या आर्थिक वर्षात खेळांसाठी आपल्या अर्थसंकल्पामध्ये १५९१.४० कोटी रुपयांची तरतूद केली. हे दोन आकडे बघितले तर आपल्या देशात खेळांची परिस्थिती अशी का आहे, याची कल्पना आपल्याला नक्कीच येईल! आणखी एक थक्क करून सोडणारा प्रकार म्हणजे या १५९१.४० कोटी रुपयांपैकी खरं म्हणजे फक्त ९९५.४० कोटी रुपयेच क्रीडा मंत्रालयासाठी असून, उरलेली तरतूद युवकांशी संबंधित असलेल्या योजनांसाठी आहे.

आपल्या अर्थसंकल्पामध्ये खेळांसाठी अशी नाममात्र तरतूद असताना युरोपीय देशांमध्ये काय घडतं हेही तपासण्यासारखं आहे. युरोपीय समुदायाच्या देशांमध्ये खेळांसाठी एकूण राष्ट्रीय उत्पन्नाच्या तब्बल दोन टक्के रक्कम खर्चली जाते! याचा फायदा फक्त पदकं जिंकण्यासाठीच होतो असं नाही. एकूण रोजगाराच्या साडेतीन टक्के वाटा खेळांशी संबंधित असलेल्या कामांमधून येतो. म्हणजेच अर्थव्यवस्थेमध्ये केलेल्या आर्थिक तरतुदीची परतफ़ेड खेळांकडून होते. अनेक चिनी कंपन्या जगप्रसिद्ध युरोपीय फुटबॉल क्लब्ज विकत घेण्याचा जीवतोड प्रयत्न करताना दिसतात. याचं कारणही पुन्हा तेच आहे. फुटबॉलमध्ये जागतिक पातळीवर आपला ठसा उमटवायचा आणि त्याचा अर्थव्यवस्थेसाठीही उपयोग करून घ्यायचा, हे चीनचं उद्दिष्ट आहे. २०५० सालापर्यंत आपल्याला 'फुटबॉलची महासत्ता' बनायचं असल्याचं चीननं अनधिकृतरीत्या जाहीरसुद्धा करून टाकलं आहे. खेळांना आणखी महत्त्व मिळावं आणि त्याचा अर्थव्यवस्थेवरही सकारात्मक परिणाम व्हावा यासाठी २०२५ सालापर्यंत खेळांशी संबंधित असलेली आर्थिक उलाढाल सध्याच्या पाचपट करून ७८,००० कोटी डॉलर्सवर नेण्याचं अत्यंत मोठं उद्दिष्ट चीननं नजरेसमोर ठेवलं आहे.

अभिनव बिंद्रा या आपल्या ऑलिम्पिक पदकविजेत्या खेळाडूनं मिळवलेल्या माहितीनुसार इंग्लंडमध्ये ऑलिम्पिक स्पर्धेत एक पदक मिळवण्यासाठीची तयारी करण्यावर सुमारे ५५ लाख पौंडांचा खर्च केला जातो. यातूनच ऑलिम्पिकसारख्या स्पर्धांमध्ये चमक दाखवायची असेल

तर भारतीय खेळाडूंना किती आर्थिक पाठबळ आणि इतर सोयीसुविधा गरजेच्या आहेत, हे आपल्या लक्षात येईल. आणखी एक महत्त्वाचा मुद्दा म्हणजे जे खेळाडू चमक दाखवतात त्याच खेळाडूंना भारतात संधी मिळत राहते; उरलेले खेळाडू मागे पडतात. तसंच यशस्वी ठरणारे खेळाडूच सतत खेळत राहिल्यामुळे त्यांची दमछाक होते आणि त्यांना वारंवार दुखापतींचा सामना करावा लागतो. इतर देशांमध्ये मात्र प्रचंड मोठ्या प्रमाणावर खेळाडूंना संधी मिळत राहते. साहजिकच स्पर्धाही टिकून राहते आणि ठरावीक खेळाडूंनाच 'बर्न आउट' व्हावं लागत नाही. याचं ठळक उदाहरण म्हणजे २०२० सालच्या ऑलिम्पिक स्पर्धेसाठी चीननं २०१२ मध्ये तयारी सुरू केली होती! अनेक खेळाडू निवडून त्यांच्यावर सात-आठ वर्षं अविरत मेहनत घेण्याचा दूरदृष्टीपणा यातून दिसून तर येतोच; पण शिवाय काही मोजक्या नावांवर अवलंबून न राहता शेकडो जणांना ही संधी दिली जाते.

सराव, आर्थिक पाठबळ, कुशल प्रशिक्षण, पोषक आहार, योग्य मानसिक आणि शारीरिक तज्ज्ञांची उपलब्धता अशा अनेक बाबतींमध्ये भारत पिछाडीवर आहे. गोपीचंदसारख्या एका माणसानं अक्षरशः तपश्चर्या करून आपली अकादमी उभी केल्यावर आणि ती चालवल्यावर अचानक भारताला जगज्जेते ठरू शकतील असे बॅडमिंटनपटू गवसायला लागले, यातच सारं काही आलं. याचाच अर्थ जर गंभीरपणे खेळांकडे बघितलं आणि खेळाडूंना जागतिक दर्जाच्या प्रतिस्पर्ध्यांचा सामना करण्यासाठी योग्य अशा सुविधा पुरवल्या, तर त्यातून निश्चितच सकारात्मक निकाल दिसून येतात. कदाचित याला जरा वेळ लागेल. तसंच सगळ्याच खेळांच्या बाबतीत हे घडणार नाही. तरीसुद्धा हा मार्ग सोशिकपणे अवलंबला आणि त्यातून भ्रष्टाचार तसंच वशिलेबाजी हे मुद्दे काढून टाकले तर भारतीय क्रीडा क्षेत्र कुठल्या कुठं जाऊ शकतं!

अत्यंत कठीण काळात केवळ आपल्या जिद्दीच्या जोरावर ऑलिम्पिक पदकाच्या अगदी जवळ पोचू शकलेली पी.टी. उषासुद्धा हेच सांगते. एखाद्या खेळाडूनं एखादी स्पर्धा जिंकली किंवा एखादं पदक मिळवलं की, त्याच्यावर अचानक कौतुकाचा आणि बक्षिसांचा वर्षाव होतो. यामुळे त्या खेळाडूचं काही प्रमाणात भलं होत असेलही; पण खेळांना त्याचा काडीचा उपयोग होत नाही, असं ती म्हणते. हे सगळे तात्कालिक फायदे असतात. याऐवजी

खरोखरच भारतीय क्रीडा क्षेत्राच्या प्रगतीसाठी काही करायचं असेल तर त्यात मोठ्या प्रमाणावर गुंतवणूक झाली पाहिजे. म्हणजेच खेळांवर होत असलेल्या खर्चाची तरतूद वाढली पाहिजे. तसंच जागतिक पातळीवर काय सुरू आहे याचा अभ्यास करून त्या प्रकारच्या सुविधा, तसं तंत्रज्ञान आपल्या खेळाडूंना मिळावं यासाठी प्रयत्न झाले पाहिजेत. केरळ, हरियाणा आणि मणिपूर ही राज्यं खऱ्या अर्थानं खेळाडूंना प्रोत्साहित करण्यासाठी आणि खेळांना पुढे नेण्यासाठी प्रयत्न करतात, असं मानलं जातं. असं असूनसुद्धा आपलं मणिपूर राज्य खेळांना किंवा खेळाडूंना काडीचीसुद्धा किंमत देत नसल्यामुळे आपण कधीच तिथं परतणार नाही, असं भारताची विख्यात महिला कुस्तीवीर कुंजराणी देवी म्हणते! या पार्श्वभूमीवर इतर राज्यांची तर काय अवस्था असेल याचा आपण विचारही करू शकत नाही.

याखेरीज खेळांमध्ये राजकारणी लोक आणि सरकारी बाबू यांचा होणारा हस्तक्षेप ही एक प्रचंड मोठी डोकेदुखी आहे. जिथं-तिथं नुसती वशिलेबाजी करणं, मिरवणं यासाठी ही मंडळी मोक्याच्या खुर्च्या वर्षानुवर्षं अडवून बसतात. खेळाडूंनाही त्यांची मर्जी सांभाळणं भाग पडतं. तसंच खेळांच्या संदर्भातलं कसलंही ज्ञान नसूनसुद्धा हे लोक खेळांना आणि त्यामधल्या खेळाडूंना स्वतःला हवं तसं फिरवत राहतात. दुय्यम दर्जाच्या खेळाडूंवर मेहरनजर ठेवतात. प्रामाणिक आणि कष्टाळू खेळाडूंना बऱ्याचदा अंधाऱ्या भविष्याचा सामना करावा लागतो. भारतात अत्यंत खराब दर्जाची मैदानं आणि दर्जाहीन सुविधा असूनसुद्धा आपली हिंमत टिकवून धरणं आणि ऑलिम्पिकसारख्या स्पर्धांमध्ये बऱ्यापैकी कामगिरी करून दाखवणं, ही खरं म्हणजे भारतीय खेळाडूंच्या हातून घडलेली अद्भुत कामगिरीच आहे. दिल्लीच्या जवाहरलाल नेहरू स्टेडियमसारख्या अत्यंत महत्त्वाच्या सरावाच्या ठिकाणी अनेकदा उखडलेले जॉगिंग ट्रॅक्स, खड्डे आणि इतर धोकादायक प्रकार उबग आणणारे असतात. मुंबईच्या भारतीय क्रीडा संघटनेच्या स्टेडियमची अवस्थाही दयनीय असते. भोपाळमधल्या हॉकी मैदानाची स्थिती एखाद्या दुय्यम दर्जाच्या बागेमधल्या हिरवळीसारखी असते.

या सगळ्या चिखलातूनही सिंधू नावाचं तेजस्वी कमळ उगवतं तेव्हा आपली मान ताठ तर होतेच, आणि लगेचच तिच्यासारख्यांसमोर आदरानं झुकतेही!

■